நினைவோ ஒரு பறவை

நா.முத்துக்குமார்

டிஸ்கவரி பப்ளிகேஷன்ஸ்
எண்: 9, பிளாட் எண்: 1080A, ரோஹிணி பிளாட்ஸ்
முனுசாமி சாலை, கே.கே.நகர் மேற்கு,
சென்னை - 600 078. பேச: 99404 46650

வெளியீட்டு எண்: 0382

நினைவோ ஒரு பறவை
ஆசிரியர்: நா.முத்துக்குமார்

Ninaivo oru Paravai
Na.Muthukumar

Copyright: **Jeeva Muthukumar**©

1st Edition: Dec - 2020-6th Nov - 2024

ISBN: 978-93-89857-41-2

Pages: 184.

Rs. 210

Publisher • *Sales Rights*

Discovery Publications	**Discovery Book Palace (P) Ltd**
No. 9, Plot,1080A, Rohini Flats, Munusamy Salai, K.K.Nagar West, Chennai - 78. Tamilnadu, India. Mobile: +91 99404 46650	No. 1055-B, Munusamy Salai, K.K.Nagar West, Chennai-600 078. Ph: (044) 4855 7525 Mobile: +91 87545 07070

discoverybookpalace@gmail.com / www.discoverybookpalace.com

இந்த நூலில் பிரசுரமாகியுள்ள எந்த ஒரு பகுதியையும் பதிப்பாளரின் எழுத்துபூர்வமான முன்அனுமதி பெறாமல் எடுத்தாள்வதோ, மறுபிரசுரம் செய்வதோ, மொழியாக்கம் செய்வதோ, அச்சு மற்றும் மின்னணு ஊடகங்களில் மறுபதிப்பு செய்வதோ, காப்புரிமைச் சட்டப்படி தடை செய்யப்பட்டுள்ளது. இந்த நூலிலிருந்து குறிப்பிட்ட பகுதிகளை மேற்கோள் காட்டி புத்தக விமர்சனம் செய்ய, ஊடகங்களுக்கு மட்டும் அனுமதி உண்டு.

உங்கள் மொபைல் போனிலிருந்து ஸ்கேன் செய்து டிஸ்கவரி புக் பேலஸின் மொபைல் ஆப்பை டவுன்லோடு செய்து, புத்தகங்களை வாங்குங்கள்.

Scan and download

* இந்த நூலில்,
'நான்' நானாகவும்,
சில சமயம் 'அவன்' ஆகவும்,
சில சமயம் 'இவன்' ஆகவும்
கூடு விட்டுக் கூடு பாய நேரலாம்.
சில பாரங்களை,
சில தூரங்களைக்
கடக்க நேர்கையில்,
இந்தப் பறவை இளைப்பாறுவதற்கு
வெவ்வேறு கிளைகள் தேவைப்படுகின்றன.
வாசகர்கள் புரிந்துகொள்வீர்களாக!

- நா.முத்துக்குமார்

அப்பாவின் புத்தகம்

அப்பாவின் கண்களைப் பார்த்தால்
தீ போல தெரியும்!
அவர் எழுதிய வரிகளோ
பூ போல விரியும்!

அப்பாவின் கைகள்
இரும்பு போல இருக்கும்!
அவரின் கற்பனைகளோ
எரிமலைக் குழம்பு போல தெறிக்கும்!

அப்பாவின் கால்கள் புலிபோல்
பதுங்கிச் செல்லும்!
அவரின் கருத்துகளோ
எங்கிருந்தாலும் அது வெல்லும்!

அப்பாவின் மூளை அவரது கற்பனைச்
சாலையைக் கடக்கும்!
இது எனது வரப்போகும்
கவிதைப் புத்தகத்தின் தொடக்கம்!

அப்பாவின் புத்தத்தை வாங்கி
தமிழ் வளர்க்க வாருங்கள்!
எங்கள் குடும்பத்தில்
நீங்களும் ஒன்றாகச் சேருங்கள்!

நன்றி
கவிஞர் **ஆதவன் முத்துக்குமார்**.

டிசம்பர் - 2020

நா.முத்துக்குமார் (1975)

காஞ்சிபுரம் அருகில் உள்ள கன்னிகாபுரம்தான் நா.முத்துக்குமாரின் சொந்த ஊர். தறிக்கூடத்தின் ஒலியில் வளர்ந்த இவர், கிராம பள்ளிக்கூடத்தில் படித்துமுடித்து, காஞ்சிபுரம் பச்சையப்பனில் இளங்கலை இயற்பியல் பட்டமும், சென்னை பச்சையப்பன் கல்லூரியில் முதுகலை தமிழ் இலக்கியப் பட்டமும், சென்னை பல்கலைக்கழகத்தில் திரைப்பாடல் ஆய்வுக்காக முனைவர் பட்டமும் பெற்றவர்.

இவரது கவிதைகள், ஆங்கிலம், மலையாளம், இந்தி, பிரெஞ்சு, ஜெர்மன் ஆகிய மொழிகளில் மொழிபெயர்க்கப்பட்டு, பல்வேறு பல்கலைக்கழகங்களில் பாடத்திட்டமாகவும் வைக்கப்பட்டுள்ளன.

'பட்டாம்பூச்சி விற்பவன்' தொகுப்புக்காக 1997ம் ஆண்டின் 'ஸ்டேட் பாங்க் விருது' பெற்றுள்ளார். 1999ஆம் ஆண்டிலிருந்து திரைப்படங்களுக்குப் பாடல்கள் எழுதி வந்த நா.முத்துக்குமார், திரைஇசைப் பாடல்களுக்காக, சிறந்த பாடலாசிரியருக்கான இந்திய அரசின் தேசிய விருது, பிலிம்ஃபேர் விருது, தமிழக அரசின் கலைமாமணி விருது மற்றும் சிறந்த பாடலாசிரியர் விருது என பல விருதுகளையும் பெற்றுள்ளார்.

நா.முத்துக்குமாரின் அனைத்து நூல்களையும் அவரது நினைவுப் பதிப்பாக வெளியிடுவதில் டிஸ்கவரி புக் பேலஸ் பெருமைகொள்கிறது.

இந்த நூல்கள் வெளிவருவதற்குப் பெரிதும் துணையாக இருந்த திரைப்பட இயக்குனர்கள் ஏ.எல்.விஜய், அஜயன் பாலா, படைப்பாளர்கள் பவா செல்லதுரை, கே.வி.ஷைலஜா வழக்கறிஞர் சுமதி ஆகியோருக்கும் மற்றும் நூல்களை வெளியிட அனுமதி தந்த நா.முத்துக்குமாரின் மனைவி ஜீவா, மகன் ஆதவன் முத்துக்குமார் ஆகியோருக்கும் நெஞ்சார்ந்த நன்றிகள்.

நூல்களின் விற்பனை மூலம் பெறப்படும் தொகையில், ஒரு பகுதி நா.முத்துக்குமாரின் குடும்பத்தினருக்கு அளிக்கப்படுகிறது என்பதினால் வாசகர்களும் பெருமையடையலாம்.

- பதிப்பாளர்

உள்ளே...

1. தையல்
2. கறிச்சுவை
3. தெய்வம் வாழும் வீடு
4. ரோஜாப்பூ மிஸ்
5. தோழியின் கணவன்
6. கல்யாணத் தேன் நிலா
7. கல்யாணம் மாமா
8. தம்பி விடு தூது
9. நகர் நீங்கும் படலம்
10. மூழ்கி மூழ்கி மீண்ட கதை
11. பெண் புத்தரின் சரிதம்
12. ஒரு தகப்பனின் கதை
13. சீட்டுக்கட்டின் ராணிகள்
14. ஒரு ரூபாய் ரகசியம்
15. $(a+b)^2 = a^2 + b^2 + 2ab$
16. பவழநாட்டு இளவரசன்
17. மழைக்கு ஒதுங்கும் மாடார்
18. காயத்ரியின் கதை

19. அஞ்சு ரூபா டாக்டர்

20. ஒலியும் ஒளியும்

21. சைக்கிளாற்றுப் படை

22. நிலா மிதக்கும் பள்ளங்கள்

23. குறிஞ்சிப் பாட்டு

24. எழுத்து, சொல், பொருள்

25. இன்றே இப்படம் கடைசி

26. கேளுங்கள் கொடுக்கப்படாது

27. வெந்து தனிந்த காடு

28. வளர்சிதை மாற்றம்

29. ‘பா’ for பார்த்தசாரதி

30. ‘அ’ for அமெரிக்கா

31. ‘க’ for கதை கேளு

32. ‘இ’ for இலை, தழை

33. ‘த’ for தமிழன்டா

34. ‘கௌ’ for கௌபாய்

35 ‘ஹா’ ஹார்வர்ட்

தையல்

சட்டென சில்லிட்டதென் தேகம்
நடந்த என் பாதத்துக்குக் கீழே
இறந்த மனைவியின் சீப்பு!

— ஜப்பானிய கவிஞர் இசா.

திரும்பத் திரும்ப அம்மாவிடமிருந்துதான் தொடங்க வேண்டியிருக்கிறது. எத்தனையோ பற்றுகளை அறுத்த பட்டினத்தாரால்கூட அன்னை மீது கொண்ட பற்றை அறுக்க முடியவில்லை. அதனால்தான்,

'வெந்தாளோ சோணகிரி வித்தகா - நின்பாதத்தில்

வந்தாளோ என்னை மறந்தாளோ?

வீற்றிருந்தாள் அன்னை வீதிதனில் இருந்தாள்

நேற்றிருந்தாள் இன்று வெந்து நீறானாள்!'

என்று இடுகாட்டில் நின்று புலம்புகிறார்.

இன்னும் எத்தனை முட்களைத்தான் என் தொண்டைக் குழியிலிருந்து நான் எடுத்துக்கொண்டே இருப்பது? உள்ளேயும் போகாமல், வெளியேயும் வராமல் அலைக்கழித்துக்கொண்டே இருப்பதுதான் கடந்த காலமோ? இந்த நதி தன் பிறவிக் கடலை அடைவதற்குள் எத்தனை எத்தனை படித்துறைகளையும், வனாந்திரங்களையும் கடக்கவேண்டியிருக்கிறதோ?

"திரும்பிப் பார்க்காமல் நேராக நடந்து போ!" என்று சுடுகாட்டிலிருந்து கிளம்புபவர்களிடம் சொல்வதைப்போல, வாழ்க்கை என்னிடம் திரும்பிப் பார்க்காதே என்று பலமுறை

சொன்னாலும், வலுக்கட்டாயமாக மீண்டும் மீண்டும் திரும்பிப் பார்க்கிறேன். நேராக நடந்து செல்ல நான் எறும்பு இல்லை; சின்னஞ்சிறு மனிதன்!

எங்கள் கிராமத்துக்கு வந்த முதல் தையல் இயந்திரம், அம்மா தன் கல்யாணத்துக்கு சீதனமாய்க் கொண்டுவந்த உஷா தையல் மிஷின். அதற்கு முன்பு, எங்கள் கிராமத்து ஆட்கள் துணி தைக்கவேண்டுமென்றால் கிழக்கே மூன்று மைல் தள்ளியிருக்கும் அய்யம்பேட்டைக்கோ, அல்லது நவீன மோஸ்தருடன் தைக்க வேண்டுமென்றால் மேற்கே ஐந்து மைல் தள்ளியிருக்கும் காஞ்சிபுரத்துக்கோ செல்ல வேண்டும்.

அம்மா தையல் மிஷின் கொண்டுவந்தது கடை வைக்க அல்ல... அவ்வப்போது ஓய்வுநேரத்தில் தான் தைக்கிற துணிகளிடம் தன் கதைகளைச் சொல்வதற்காக.

தையல் எந்திரங்களிடம் தனியாகப் பேசிக் கொண்டிருக்கும் பெண்களை நீங்கள் பார்த்ததுண்டா? உண்மையில் தையல் எந்திரங்கள், பெண்களுக்குச் சொந்த சகோதரியைப்போல.

சிரிப்புடன் சிதறும் துணிகளின் துணுக்கை; வேகமாய்ச் சுற்றும் விரல்களின் கோபத்தை; கொலுசுக் கால்களின் உஷ்ண உரசலை... தனக்குள் சேமித்து வைத்திருக்கும் தையல் எந்திரங்கள் வெறும் எந்திரங்கள் மட்டுமா..? அவை நம் சித்தியோ அல்லது பெரியம்மாவோ அல்லவா?

அம்மா சிரித்தாள், அழுதாள், கோபப்பட்டாள். அவ்வப்போது அம்மாவின் கிராமத்துத் தோழிகளும் சிரித்தார்கள், அழுதார்கள், கோபப்பட்டார்கள். அத்தனைக்கும் சாட்சியாக அந்த தையல் எந்திரம் நின்றுகொண்டிருந்தது. யாருமில்லா தனிமைகளில், அந்த எந்திரத்தின் கால் மிதிக்கும் பகுதியில், சின்னஞ்சிறு பாலகனான நான் தவழ்ந்து போய் படுத்துக்கொள்வேன். இடம், வலம் என்று என் எடை காரணமாக, அது அசைகையில் அம்மா தாலாட்டுவது போலவே இருக்கும்.

ஒவ்வொரு முறையும் எங்கிருந்தோ வரும் அம்மாவின் குரல், "சுவத்துல போய் இடிச்சுக்கப் போற!" என்று என்னை வெளியே இழுக்கும். இன்று, அந்தக் குரல் இல்லை. பல சுவர்களில் நான் முட்டி மோதிக்கொண்டிருக்கிறேன்.

ஆஹா, அந்தக் காலங்கள்! ஒரு தேவதையை அலங்கரிப்பது போல, அம்மா, அந்த தையல் மிஷினை எண்ணெய்

தேய்த்து, துடைத்து, ஆங்காங்கே விபூதிப் பட்டைகள் பூசி போஷிக்கும்போதெல்லாம், பிஞ்சு விழிகளால் பார்த்த பரவசம், கடவுளைக் கண்ட தரிசனம்! பெண்களுக்கும், தையல் எந்திரத்துக்கும் 'தையல்' என்று பெயர் வைத்தவனின் காலில் விழுந்து கும்பிட இப்போது தோன்றுகிறது!

காற்று எப்போதும் வீசிக்கொண்டே இருப்பதில்லை. காற்று நின்றுபோன ஒரு காலத்தில் அம்மா செத்துப் போனாள்! தையல் மிஷினும் நானும் தனிமையானோம். அப்போது எனக்கு நான்கு வயது. அந்தத் தையல் எந்திரத்தில் நான் என் தாயைப் பார்த்தேன். சித்தியைப் பார்த்தேன். பெரியம்மாவைப் பார்த்தேன்.

தையல் எந்திரங்களிடம் பெண்கள் மட்டும்தான் பேசுவார்களா? இதோ ஒரு நான்கு வயது குட்டிப் பையன் பேசுகிறான். சிரிக்கிறான். தன் கண்ணீர்த் துளிகளால் அதைக் குளிப்பாட்டுகிறான். அந்த எந்திரத்தைப் பார்க்கும்போதெல்லாம் அவனுக்கு அம்மாவின் நினைவு வந்துவிடுகிறது. அதன் பாதத்தில் படுத்துக்கொள்கிறான். எந்த சுவரும் தலையில் இடித்து விடாமல் அது அவனைப் பாதுகாக்கிறது.

அம்மா இறந்து ஆறு மாதம் கழித்து ஞானம் மாமா வீட்டிற்கு வந்தார். அம்மாவுடன் பிறந்தவர்கள் ஐந்து சகோதரர்கள். ஞானம் மாமா, அம்மாவின் மூன்றாவது தம்பி. சென்னை அமைந்தகரையில் தையலகம் ஒன்றை நடத்தி வந்தார். மாமாவிடம் அப்பா சொன்னார்; "டேய் ஞானம், இந்தத் தையல் மிஷினை எடுத்துட்டுப் போய் உன் கடையில் வச்சிக்க. இதப் பாக்கும்போதெல்லாம் உங்க அக்கா ஞாபகம்தான் வருது!"

மாமா தையல் மிஷினை எடுத்துச் சென்றார். தையல் எந்திரத்துடன் தனிமையில் பேசும் இன்னொரு ஆணை அப்பா மூலம் அன்று நான் அறிந்துகொண்டேன்.

ஆயிற்று முப்பத்தாறு வருடங்கள். நவீன தையல் எந்திரங்களும், எக்ஸ்போர்ட் நிறுவனங்களும் மாநகரெங்கும் பெருகிவிட்டன.

சமீபத்தில், ஞானம் மாமா தொலைபேசியில் அழைத்தார்; "டேய் முத்து! தொழில் ரொம்ப டல்லாயிடுச்சு. ஸ்கூல் யூனிஃபார்ம் ஆர்டர் மட்டும்தான் வருது. உங்கம்மா

தையல் மிஷினில்தான் தைச்சிட்டு இருக்கேன். முடிஞ்சா எனக்கு ஒரு புது தையல் மிஷின் வாங்கிக் குடு. சந்தோஷப்படுவேன்" என்று அவர் சொன்னதும், உடனே ஓடிப்போய் நவீன தையல் எந்திரம் வாங்கிக்கொடுத்தேன். அம்மாவின் தையல் எந்திரம் துருப்பிடித்துத் தேய்ந்து கிடந்தது.

'அம்மாவின் ஞாபகமாக இதை வீட்டிற்கு எடுத்துச் செல்கிறேன்' என்று கேட்க நினைத்த நொடியில் மாமா சொன்னார்; "இத்தனை வருஷம் இதத்தான்டா எங்கக்கா மாதிரி நெனைச்சிட்டு இருந்தேன். வித்தா ரெண்டாயிரம், மூவாயிரம் கெடைக்கும். ஆனா, விக்க மனசில்ல. எங்கிட்டயே விட்டுரு. சாமி படம் மாதிரி தெனமும் ரெண்டு பூப்போட்டு பூஜை பண்ணிக்கிறேன்!"

சினிமாவுக்காக பாடல் எழுதிக்கொண்டிருக்கும்போது, என் மகன் என்னிடம் ஓடி வந்து, "அப்பா! இந்த ஊசில நூலைக் கோர்த்துக் குடுங்க. அம்மா துணி தைக்கணுமாம்..." என்றான். கண்களைச் சுருக்கி நீள் ஊசியின் சிறு துளை வழியாக நூலைக் கோர்த்தேன்.

நான் கோர்த்தது நூலை அல்ல... நினைவுகளை!

தையல் எந்திரங்களிடம்
தனியாகப் பேசிக்கொண்டிருக்கும்
பெண்களை
நீங்கள் பார்த்ததுண்டா?
உண்மையில்
தையல் எந்திரங்கள்
பெண்களுக்குச்
சொந்த சகோதரியைப் போல.

கறிச்சுவை

ஒவ்வொரு குழந்தையும் பிறக்கிறபோது,
அதன் பாட்டியும் புதிதாய்ப் பிறக்கிறாள்!

– ஆஃப்ரோ அமெரிக்க பெண் கவிஞர் அலைஸ் வாக்கர்

எங்கிருந்தோ காற்றில் கசிந்து வரும் ஒரு பாடல், ஏதோ ஒரு சுத்தியலால் இதயத்தை உடைத்து விடுகிறது. காலையில் மகனை பள்ளியில் விட்டுவிட்டு வீட்டுக்குத் திரும்பிக் கொண்டிருந்தேன். நடைபாதை தேநீர்க்கடை எஃப்.எம்.மில் இசைஞானி இளையராஜா பாடிக்கொண்டிருந்தார். கோடை முடிந்து பெய்த முதல் மழையின் தெருவெள்ளத்தில், ஒரு முதிர்ந்த பாதாம் மரத்து இலை மிதந்துகொண்டிருந்தது. இசைஞானி தன் குரலால் இதயத்தைக் கிழித்துக்கொண்டிருந்தார். இசை, பெரு வெள்ளமானது. நான், பாதாம் இலையானேன்!

'ஆலோலம் பாடி அசைந்தாடும் காற்றே
அதைக் கேட்டு தூங்கும் ஆவாரம் பூவே!
தனியானா என்ன? துணையிங்கே
நான் பாடும் பாட்டுண்டு..!
அமுதே, என் கண்ணே!
பசும் பொன்னே!
இனி துன்பம் ஏன் இங்கு..?'

பல்லவி முடிந்து இசை தொடர்ந்துகொண்டிருக்க, என்னையறியாமல் என் கண்களில் நீர்த்துளி. எத்தனை முறை கேட்டாலும் மீண்டும் மீண்டும் அழவைப்பதுதான் பெரும் படைப்போ!

சரணம் தொடர்ந்தது:
'மண்ணுலகில் வந்தோர்க்கெல்லாம்
இன்ப துன்பம் என்றும் உண்டு!
தாய் இழந்த துன்பம் போலே
துன்பம் அது ஒன்றும் இல்லை!
பூமி என்ற தாயும் உண்டு
வானம் என்ற தந்தை உண்டு!
நீங்கிடாத சொந்தம் என்று
நீரும் காற்றும் எங்கும் உண்டு!
பூபாளம் பாடும் காலை
வந்து வரவேற்கும்!
தாயின்றி நின்ற பிள்ளை
தன்னை என்றும் காக்கும்!
நீ காணும் எல்லாம் உன் சொந்தம்!'

பாடல் தொடரத்தொடர, என் மனப்பறவை பின்னோக்கிப் பறந்தது.

அம்மா இறந்த பிறகு, அப்பாவைப் பெற்ற அம்மாவான ஆயா, என்னை தன் இமைகளுக்குள் வைத்துப் பொத்திப் பாதுகாத்து வளர்த்தார்கள். அந்த நாட்களில் எதைப் பார்த்தாலும், எதை நினைத்தாலும், நினைவுகள் கிளை பிரிந்து அம்மாவிடம் சென்று முடியும்.

பள்ளியின் உணவு இடைவேளையில் நண்பர்களின் அம்மாக்கள் வந்து, அவர்களுக்கு ஊட்டிவிடுவார்கள். நான் தனிமையில் அமர்ந்து டிபன் பாக்ஸை திறப்பேன்.

டிபன் பாக்ஸின் மேல்மூடி எனக்குத் தாயாகும். அதைத் தரையில் கவிழ்த்து, அதில் இரண்டு இட்லிகளை எடுத்து வைத்து, அம்மா எனக்கு ஊட்டிவிடுவதாக பாவனை செய்துகொண்டே சாப்பிடுவேன். 'எத்தனை பேருக்கு இப்படி ஒரு எவர்சில்வர் அம்மா கிடைக்கும்' என்ற பெருமையும், கர்வமும் தலைக்கேறும்!

மாலை வீடு வந்ததும் ஆயாவின் சேலை முந்தானையைப் பிடித்துக்கொள்வேன். ஆயா, அப்போது இரண்டு மாடுகள் வளர்த்து வந்தது. மாடுகளைத் தூரத்து வயல்வெளிகளில் மேய்ச்சலுக்கு ஓட்டிப் போவோம். சிறுகால் நண்டுகள், வளையிலிருந்து வெளியேறி, காலடிச்சத்தம் கேட்டு மீண்டும் வரப்புகளிலும், வாய்க்கால்களிலும் வளைக்குள் பதுங்கும் ஆயாவும் நானும் மாட்டுக்கு புல் தேடித் திரிவோம். வீட்டுக்கு வந்ததும், பால் கறந்து முடித்து கன்றுக்குட்டிகள் பசுவின் மடியில் முட்டி மோதும்.

மீண்டும் எனக்கு அம்மா ஞாபகம் வந்துவிடும். ஆயா என்னும் பெருந்தெய்வத்தின் கருணை, அந்த நாட்களில் என் பால்யத்தைப் பாதுகாத்தது. அந்தி சாய்ந்ததும் ஆயாவின் மடியில் படுத்துக்கொள்வேன். என் தலை கோதியோ, காதுகளில் அழுக்கெடுத்தோ, கால்களை அமுக்கிவிட்டோ, ஆயா என்னை வெவ்வேறு கதைகளின் உலகத்திற்குக் கூட்டிச் செல்லும்.

கொஞ்சம் சமையலறை புகையின் ஈரமான விறகுகளின் வாசனையும், கொஞ்சம் தோட்டத்து மாடுகளின் சாண வாசனையும், கொஞ்சம் விபூதி வாசனையும் கலந்த ஆயாவின் சேலை வாசனை, என்னை அம்மாவின் வாசனைக்குக் கூட்டிச் செல்லும்.

ஆயா வீர சைவம். அதனால், எப்போதும் வீட்டில் சைவம்தான். ஆதலால், நான் அசைவப் பிரியனானேன். நினைவு தெரிந்து என் பால்யங்களில் நான் அசைவம் சாப்பிட்டது தீபாவளி நாட்களில் மட்டும்தான். எங்கள் கிராமத்தில் எல்லோரும் பட்டுத்தறி நெசவாளர்கள். ஆகையால் கேப்பைக்களியும், பழைய சோறும் மட்டுமே பிரதான உணவு. தீபாவளிக்கு மட்டும் எல்லோர் வீட்டிலும் இட்லியும் கறிக்குழம்பும் அனல் பறக்கும். அப்போதுகூட, எங்கள் வீட்டில் இட்லியும், சைவ குருமாவும் மட்டுமே.

ஒவ்வொரு தீபாவளிக்கும், பக்கத்து வீட்டு மாமாவும் மாமியும் எங்கள் வீட்டுக்கு வந்து ஆயாவிடம், "முத்துவை எங்க வீட்டுக்கு சாப்பிட அனுப்பி வைம்மா. இன்னிக்கு ஒரு நாளாவது கறி சாப்பிடட்டுமே" என்று அனுமதி கேட்பார்கள். ஆயாவும் சந்தோஷமாய் சம்மதிக்கும். அப்படியொரு தீபாவளி நாளில், அவர்கள் வீட்டுப்பிள்ளைகள், தறி நெய்யும்

தொழிலாளர்கள் என இருபதுக்கும் மேற்பட்டவர்களுடன் கூடத்தில் நான் அமர்ந்திருந்தேன். எல்லாருக்கும் வாழை இலை போடப்பட்டு, இட்லிகள் வைக்கப்பட்டன. மாமி ஒவ்வொருவருக்கும் கறிக்குழம்பு ஊற்றிக்கொண்டுவந்தார்.

உருளைக்கிழங்கும், முருங்கைக்காயும், ஆட்டுக்கறியும் சேர்ந்த கலவையான அந்தக் குழம்பு கமகமத்துக் கொண்டிருந்தது. மாமி என் இலைக்கு குழம்பை ஊற்றிவிட்டு, அடுத்த இலைக்கு நகர்ந்தார். ஒன்றிரண்டு கறித்துண்டுகள் தவிர, முருங்கைக்காயும், உருளைக்கிழங்குமே அதில் நிறைந்திருந்தன. எனக்கு கண்ணீர் முட்டிக்கொண்டு வந்தது.

தூரத்தில் இருந்து இதை கவனித்த மாமா, “ஏண்டி, முத்து இலைல கறி கம்மியா இருக்கு பாரு. ஒரு மூணு கரண்டி கறிய மட்டும் தனியா அள்ளி வை. பாவம், தாயில்லா புள்ள... எங்க போயி சாப்பிடும்!” என்று சொன்னதும், இட்லிகளை கறித்துண்டுகள் மூழ்கடித்தன.

சாப்பிட்டுவிட்டு வீட்டிற்கு வந்ததும், ஆயாவிடம் இந்தச் சம்பவத்தை விவரித்துப் பெருமையாகச் சொன்னேன். “அம்மா உயிரோட இருந்திருந்தா எனக்கு இவ்வளவு கறி கெடைச்சிருக்குமா? அம்மா இல்லைன்னு சொல்லி அள்ளி அள்ளிப் போட்டாங்க” என்றவுடன் ஆயா என்னைக் கட்டிக் கொண்டு அழ ஆரம்பித்தது. பின்னர் மூக்கை உறிஞ்சிக் கொண்டே, “இனிமே, அவங்க வீட்லயிருந்து சாப்பிடக் கூப்புட்டா போக மாட்டேன்னு எனக்கு சத்தியம் பண்ணு” என்றது. நான் மனதுக்குள் ‘அ’ என்ற உயிரெழுத்தை உச்சரித்து ‘அ’சத்தியம் செய்தேன்.

அடுத்த வாரத்தில் ஒரு ஞாயிற்றுக்கிழமை. ஆயாவும் நானும் காஞ்சிபுரம் ராஜாஜி மார்க்கெட்டுக்குச் சென்று, அந்த வாரத்திற்குத் தேவையான காய்கறிகளையும், கொசுறாகக் கிடைத்த கறிவேப்பிலை, கொத்தமல்லியையும் கூடைப் பையில் சுமந்துகொண்டு தேரடி வீதி பேருந்து நிறுத்தத்தை அடைகையில், ஆயா நிறுத்தத்தைத் தாண்டி நடந்துகொண்டே இருந்தது. “ஆயா, பஸ் ஸ்டாப்பு தாண்டியாச்சு” என்றேன். “பேசாம வாடா” என்றது ஆயா. என்னை அழைத்துக் கொண்டு அது சென்று நின்ற இடம், ‘மதுரை (ஒரிஜினல்) முனியாண்டி விலாஸ்’!

“ஆயா, இது மிலிட்டரி ஓட்டல்” என்றேன்.

"தெரியும்டா! உள்ள போயி சப்ளையரைக் கூட்டிட்டு வா" என்று, ஆயா படிக்கட்டில் உட்கார்ந்துகொண்டது.

சப்ளையர் வந்ததும், "என் பேரன் என்ன கேக்கறானோ குடு. நான் உள்ள வர மாட்டேன். பில்ல வெளிய எடுத்தாந்து குடு!" என்றது.

பெரிய நீள்தட்டில் வட்ட வட்ட குறுந்தட்டுகள். அந்த தட்டில்தான் எத்தனை எத்தனை அசைவங்கள்! நண்டு, காடை, மீன், மட்டன், சிக்கன், எறா, சுறாப்புட்டு, ஈரல், ரத்தப்பொரியல், குடல் என எல்லாவற்றையும் விலை கேட்டுவிட்டு ஒன்றிரண்டை ஆர்டர் செய்தேன். பிரியாணி மணமும், சோம்பு மணமுமாக நான் வெளியில் வந்தபோது, ஆயா, வாசல் படிக்கட்டில் அமர்ந்து பில்லுக்கான பணத்தை அழுதுகொண்டே எண்ணிக்கொண்டிருந்தது.

இன்று, என் வீட்டில் அசைவம் இல்லாத நாளே இல்லை. அமாவாசை, கிருத்திகை, விரதம்... என்று என் மனைவி ஞாபகப்படுத்தினாலும்கூட நானும் என் பிள்ளையும் "கட்டை விரலையாவது குடு, கடிச்சிக்கிறோம்" என்போம்.

உலகம் முழுக்க பயணித்து, உயர்தர அசைவ உணவுகளை ரசித்து உண்டு இருக்கிறேன். ஒவ்வொரு முறையும் கறியின் முதல் துண்டை எடுத்துக் கடிக்கையில் லேசாக உப்புக் கரிக்கும். என் மனதுக்கு மட்டுமே தெரியும்... அது, ஆயா அன்று அழுத கண்ணீரின் உப்பு!

தெய்வம் வாழும் வீடு

"இருப்பதற்காக வருகிறோம், இல்லாமல் போகிறோம்!"
– கவிஞர் நகுலன்

காற்றில் மிதக்கும் மேகங்களைப்போல் இவன் அடிக்கடி கலைந்துவிடுவான். ஏதோ ஒரு பூச்சியின் சிறு கால் இடறலில் தன் ஆன்மாவை விட்டுக்கொடுக்கும் பனித்துளிகளைப் போல் உடைந்தும்விடுவான். அப்போதெல்லாம் இவனை அள்ளி எடுத்து ஒட்டவைப்பது மகனின் பிஞ்சுக் கைகளே.

'என் செல்லமே!

நீ பிறந்த பிறகுதான்

என் அப்பாவின் அன்பை

அதிகமாக உணர்கிறேன்!

உனக்கு ஒரு மகன் பிறந்ததும்

என் அன்பை அறிவாய் நீ!'

என்று மகனைப் பற்றி இவன் கவிதைகூட எழுதியிருக்கிறான். ஒவ்வொரு நாளும் இரவில் களைத்துப்போய் இவன் வீடு திரும்புகிறபோது இவனது உலகம் வேறு உலகமாகிவிடும். மகன் இவன் மார்பின் மீது படுத்துக்கொண்டு கதைகள் கேட்பான். இருவருக்கும் உறக்கம் வந்து கதவைத் தட்டும் நேரத்தில் இவன் மகனுக்குத் தாலாட்டுப் பாடுவான். முதலில் கண்ணதாசனின் 'கண்ணே கலைமானே', 'உன்னையறிந்தால் நீ உன்னையறிந்தால்', அடுத்து, பட்டுக்கோட்டையின் 'சின்னப் பயலே சின்னப் பயலே சேதி கேளடா'. பெரும்பாலும் இந்த மூன்று பாடல்களுக்குள்ளேயே அப்பாவும் பிள்ளையும் உறங்கிப் போயிருப்பார்கள்.

சில நாட்களுக்கு முன்பு, இவன் குடியிருக்கும் அபார்ட்மெண்ட்டின் கீழ்த்தளத்து குழந்தைகளுடன் மகன் விளையாடிக்கொண்டிருந்தான். தொலைக்காட்சியில் ஒரு பேய்ப் படத்தின் டிரெய்லர் ஓடிக்கொண்டிருந்தது. "டேய், பேய்ப் படம்டா! எனக்கு ரொம்ப பயமா இருக்குடா" என்று மகனிடம் ஒரு பையன் சொல்ல, பதிலுக்கு மகன் "வேப்ப மர உச்சியில் நின்னு பேய் ஒண்ணு ஆடுதுன்னு விளையாடப் போகும்போது சொல்லி வைப்பாங்க. உன் வீரத்தைக் கொழுந்திலேயே கிள்ளி வைப்பாங்க!" என்று ராகத்துடன் பாடிக் காட்ட, இவன் ஆச்சரியப்பட்டுப் போனான்.

அன்றிரவு ஆழ்துயிலிலிருந்து இவனை மகன் எழுப்பி, "அப்பா! உண்மையிலேயே பேய் இருக்காப்பா?" என்று கேட்க, "என்ன ராஜா கேட்ட?" என்றான் இவன் அரைத்தூக்கத்தில். "உண்மையிலேயே பேய் இருக்காப்பா?" சட்டென்று இவன் மகனின் கண்களைப் பார்த்தான். அந்தக் கண்களுக்குள், இவன் ஐந்து வயது குட்டிப் பையனாக, 36 வருடங்களுக்கு முன்பு விளையாடிக்கொண்டிருந்தான்.

வேகவதி ஆற்றங்கரையில் கால்களால் கோடுகள் வரையப்பட்டு, சிறுவர்கள் கபடி விளையாடிக்கொண்டிருக்கிறார்கள். அந்தச் சின்னஞ்சிறு கால்களுக்குத்தான் எத்தனை வேகம்! ஏதோ இந்த பூமிப்பந்தையே எட்டி உதைப்பது போல எத்தனை ஆவேசம்! 'கபடிக்கபடி' என்று பாடியபடி எதிர் அணியின் வியூகத்துக்குள் நுழைந்து, இவன் மூன்று பேரை அவுட் ஆக்கிவிட்டு, கோட்டைத் தொடுகிறான்.

அப்போது ஒரு பையன் சத்தமாகச் சொன்னது, இப்போதும் இவன் காதுகளில் ஒலித்துக்கொண்டிருக்கிறது. "டேய், இவன் ஏன் தெரியுமா பேய் மாதிரி ஆடறான்..." தொடர்ந்து அவன் சொன்ன வார்த்தைகள், இவனுக்குக் கண்ணீரை வர வைத்தன.

பின்பு ஒருநாள், வெளிர் மஞ்சள் நிறத்து பூக்களுடனும் முட்களுடனும் நெருஞ்சிகள் நிறைந்து கிடக்கும் மைதானத்தில்... ஆடாதொடை குச்சிகள் ஸ்டம்ப்பாக, தென்னை மட்டை 'பேட்'டாக, சைக்கிள் டியூப்பை சுருள் சுருளாக வெட்டிச் செய்த பந்தில் கிரிக்கெட் போட்டி நடந்துகொண்டிருந்தது. அன்று காற்று இவன் பக்கம் வீசியது. அடி பின்னிக் கொண்டிருந்தான். தொட்ட பந்தெல்லாம் சிக்ஸர். அப்போது எதிரணியைச் சேர்ந்த பந்து வீசியவன் இவனைப் பார்த்து

சொன்னான். "டேய், இவன் ஏன் தெரியுமா பேய் மாதிரி அடிக்கிறான்..?" அதன் பிறகு அவன் சொல்லிய வார்த்தைகள் இவனை அழ வைத்தன.

இவன் வசித்தது ஒரு சிறிய ஓலைக் குடிசை வீடு. மேலே பென்னம் பெரிய மூங்கில் மரம் உத்தரமாய் குடிசையைத் தாங்கிக் கொண்டிருக்கும். பென்சில், பலப்பம், மயிலிறகு, ஆக்கர் குத்துப்பட்ட பம்பரம், உண்டியலில் குச்சி விட்டு திருடிய சில்லறைகள் என கட்டில் மீது ஏறி நின்று அந்த உத்தரத்தின் சந்துகளில்தான் தன் பொக்கிஷங்களை இவன் ஒளித்து வைப்பான்.

ஓரிரவில் இவன் அப்பாவின் மார்பு மீது படுத்துக் கொண்டே அவரிடம் கேட்டான்.

"அப்பா! அம்மா எப்பிடிப்பா செத்துப் போனாங்க?"

"அதுவாடா? அவங்களுக்கு தீராத வயித்து வலிடா!" என்றார் அப்பா.

"என் ஃபிரண்ட்ஸ் எல்லாம், அவங்க தூக்கு போட்டு தற்கொலை பண்ணிக்கிட்டாங்கன்னு சொல்றாங்களேப்பா" என்று இவன் கேட்க, அப்பா மௌனமானார்.

அப்பாவின் கண்ணீர்த்துளிகள் இவன் முதுகை நனைத்தன. "அம்மாவுக்கு ரொம்ப வலிச்சிருக்கும்ல?" என்று இவன் மீண்டும் கேட்க, அப்பா குலுங்கிக் குலுங்கி அழ ஆரம்பித்தார்.

"உங்கம்மாவுக்கு கர்ப்பப் பையில பிரச்னைடா. அதனால அடிக்கடி வயித்துவலி வரும். அதெல்லாம் உனக்குப் புரியாது ராஜா. ஏதோ ஒரு வேகத்துல முடிவெடுத்துட்டா" என்று அப்பா சொல்ல, "அம்மா எங்கப்பா செத்தாங்க?" என்று இவன் கேட்டதும், அப்பா கை நீட்டி மேலே நீண்டிருந்த மூங்கில் உத்தரத்தைக் காட்டினார்.

மௌனம் ஒரு கரிய இருளைப் போல இருவருக்கும் நடுவில் வந்து அமர்ந்தது. இவன் உரையாடலைத் தொடர்ந்தான். "அப்பா, நம்ம வீடு பேய் வீடாப்பா?"

அப்பா பதறிப்போய், "ஏன் ராஜா கேக்கிற?" என்றார். "இல்லப்பா! என் ஃபிரண்ட்ஸ் எல்லாம் சொல்றாங்க. நம்ம வீடு பேய் வீடாம். அம்மாதான் பேயாம். நம்ம வீட்டைத் தாண்டிப் போகும்போது வேகமா ஓடிடுவாங்களாம். நான்

வெளையாடும்போதெல்லாம் கிண்டல் பண்றாங்கப்பா. உண்மையிலேயே அம்மா பேயாப்பா?" அப்பா இவனைக் கட்டிப் பிடித்துக்கொண்டு அழ ஆரம்பித்தார்.

அதற்கு அடுத்தடுத்த நாட்களில் அப்பா இவனுக்குப் பெரியாரைப் பற்றிச் சொன்னார். அவர் எழுதிய புத்தகங்களை விளக்கிச் சொன்னார்.

"கடவுளே இல்லாதபோது பேய் எப்பிடி இருக்க முடியும்?" என்று, அவர் எவ்வளவோ எடுத்துச் சொன்னாலும், இவன் முதுகிற்குப் பின்னால் கிண்டலும் கேலியும் தொடர்ந்து கொண்டேதான் இருந்தன.

ஒவ்வொரு உரையாடலின் முடிவிலும் இவன் கண்களைப் பார்த்து அப்பா சொல்லுவார். "வாழ்க்கைல என்ன கஷ்டம் வந்தாலும், தற்கொலை மட்டும் பண்ணிக்காத!"

இந்த அறிவுரையை வாழ்வின் பல தருணங்களில் அவரிடமிருந்து இவன் எதிர்கொண்டிருக்கிறான். பத்தாம் வகுப்பு பொதுத்தேர்வுக்கு இவன் பரபரப்பாக படித்துக் கொண்டிருந்தான். அப்பா இவனிடம் வந்து, "ஃபெயில் ஆனா பரவாயில்லடா. அதுக்காக எதுவும் பண்ணிக்காத" என்பார்.

இப்படித்தான் கல்லூரி முடித்த பிறகு, இவன் ஆசை ஆசையாய் சினிமாவில் காலடிவைத்து உதவி இயக்குனராய் வேலை செய்த முதல் படம் முக்கால்வாசி முடிந்தநிலையில் பொருளாதாரப் பிரச்னையால் நின்றுபோய், ஆறேழு மாதங்கள் இவன் வேலையில்லாமல் அலைந்தபோது, இவன் அறைக்கு வந்த அப்பா சொன்னார்;

"வாழ்க்கைல வெற்றி, தோல்வி எல்லாம் சகஜம்டா. எந்த நிமிஷத்துலயும் மனச தளர விடக்கூடாது. போராடணும். தற்கொலை எண்ணத்தை மட்டும் மனசுல நுழைய அனுமதிக்கக் கூடாது!"

அம்மாவின் தற்கொலை, அவரை அப்படி மாற்றியிருந்தது. அம்மா இறந்த அன்று, ஆசிரியரான அவர், பள்ளியிலிருந்து ஓடி வந்து வீட்டிற்குப் பக்கத்திலிருந்த மின்கம்பத்தில் தற்கொலை எண்ணத்துடன் தலையை பலமுறை மோத, உறவினர்கள் சேர்ந்து அவரைக் காப்பாற்றியிருக்கிறார்கள். அந்த மோதலின் வீக்கம், ஒரு எலுமிச்சம்பழம் அளவுக்கு அவர் இறக்கும் வரை அவரது நெற்றியில் இருந்துகொண்டிருந்தது.

அப்பாவை சிதையில் ஏற்றும்போது அந்த நெற்றி வீக்கத்துக்கு இவன் முத்தம் கொடுத்து அனுப்பி வைத்தான். அருகில் இருந்த இவன் தாய்மாமன், "டேய் முத்து, இந்த வீக்கம் எப்படி வந்ததுன்னு தெரியுமாடா? அப்ப நீ சின்னப்புள்ள" என்றார் கண்ணீருடன். இவன் அழுகையினூடாக அவரது கைகளைப் பிடித்துக்கொண்டான். அந்த உள்ளங்கை வெப்பம் 'இவனுக்கும் தெரியும்' என்பதை அவருக்குத் தெரியப்படுத்தியது.

இன்றைக்கும் வெட்டவெளியில் ஆகாயத்தைப் பார்க்கும் தருணங்களைத் தவிர வீடுகளிலோ, விழா மண்டபங்களில் இருக்கும்போதோ இவன் தலை குனிந்துகொண்டுதான் இருப்பான். நிமிர்ந்து உத்தரத்தைப் பார்த்ததில்லை. வரவே வராத இவனது அரிய பொக்கிஷம் தொலைந்துபோன இடம்!

எல்லாவற்றுக்கும் மேல், பன்னிரெண்டு ஆண்டுகளுக்கு முன்பு நோய்வாய்ப்பட்டு அப்பா இறப்பதற்கு முந்தைய தினம் மருத்துவமனையில் படுக்கைக்கு அருகில் சைகையால் இவனை அழைத்தார். சுற்றிலும் டியூப் டியூப்பாக செருகப்பட்டு, ஏதேதோ அவரது உடலுக்குள் இறங்கிக்கொண்டிருந்தன. செயற்கை சுவாசக்கருவியை தன் முகத்திலிருந்து அகற்றி மூச்சுத்திணறலுடன் அப்பா இவனிடம் சொன்னார்.

"வாழ்க்கைல எந்தவிதமான கஷ்டம் வந்தாலும் தற்கொலை பண்ணிக்காதே!"

ஒளியின் வேகத்தை விட நினைவின் வேகம் கணக்கிட முடியாதது. சில நொடிகளில் முப்பத்தாறு வருடங்களைக் கடந்து வந்து இவன் நிகழ்காலத்துக்குள் நுழைகிறான். எதிரே இவன் மகன் இவனை உலுக்கியபடி, "அப்பா, உண்மையிலேயே பேய் இருக்காப்பா?" என்று கேட்கும் கேள்வி காதில் ஒலிக்கிறது.

இவன் மகனை பூஜையறைக்கு அழைத்துச் சென்றான். அங்கே, இவனது அப்பா மற்றும் அம்மாவின் படங்கள் வைக்கப்பட்டிருந்தன. அந்தப் புகைப்படங்களைக் காட்டி இவன் மகனிடம் சொன்னான்; "இந்த உலகத்துல பேய் எல்லாம் இல்ல... சாமி மட்டும்தான் இருக்கு. இவங்கதான் நம்ம சாமி. கும்புட்டுக்கோ!"

அப்பாவும் மகனும் கண்களை மூடி கும்பிட்டார்கள்.

ரோஜாப்பூ மிஸ்

இரண்டு வகையான ஆசிரியர்கள் இருக்கிறார்கள்.
முதல் வகை,
கேள்விக்கான விடையைக் கற்றுக்கொடுப்பவர்கள்;
இரண்டாவது வகை,
விடையே இல்லாத கேள்வியைக் கேட்கத் தூண்டுபவர்கள்!

– பாப் டைலன்

உங்கள் அன்பு மாணவன் முத்துக்குமரன் எழுதும் கடிதம். உங்களுக்கு உங்கள் பெற்றோர் வைத்த பெயர் என்னவாக வேண்டுமானாலும் இருக்கலாம். ஆனால், எங்களுக்கு எப்போதும் நீங்கள் 'ரோஜாப்பூ மிஸ்'தான். உண்மையில் பிள்ளைகளுக்கு பிரியங்களுடன் பாடம் சொல்லித்தரும் பள்ளிக்கூட டீச்சர்களின் காதோரத்துக் கூந்தல் அலையில் ஊஞ்சல் ஆடுவதற்காகத்தான் இந்த உலகத்தில் ரோஜாப் பூக்கள் பூக்கின்றனவோ!

ரத்தச் சிவப்பு, இளஞ்சிவப்பு, மஞ்சள், வெளிர் மஞ்சள், வெள்ளை என உங்கள் கூந்தலில் நடனமாடும் ரோஜாப் பூக்களுக்காக, நாங்கள் எங்களுக்குப் பிடிக்கவே பிடிக்காத கணக்குப்பாடம் என்னும் ராட்சஸனைக்கூட நண்பனாக்கிக்கொண்டோம்.

பூ என்பது பூ மட்டுமா? அது ஒரு புன்னகை; பழைய ஞாபகத்தின் புதிய வாசனை; மண்ணில் உதிரும் வானவில் துண்டு; கடவுள் எழுதிய நாட்குறிப்பின் கடைசிப் பக்கம்; யாரும் படிக்காத, படித்தாலும் புரியாத பிரபஞ்சத்தின்

கையேடு; செடிகள் வரையும் சிறு வண்ணக் குறிப்பு; மண்ணுக்குள் புதைந்தபடி வெளி உலகுக்கு வேர்கள் அனுப்பும் வாசனை மின்னஞ்சல்! பூக்களின் இதழ்களில் குழந்தைகளின் முகத்தையும், குழந்தைகளின் முகத்தில் பூக்களின் இதழ்களையும் பார்க்கத் தெரிந்தவன் ஆசீர்வதிக்கப்பட்டவன். இரண்டையும் வாடாமல், உதிராமல் பார்த்துக்கொள்பவன் மிகப்பெரும் பாக்கியவான்!

நன்றாக நினைவில் இருக்கிறது. ஐந்தாம் வகுப்பின் வகுப்பு ஆசிரியையாக நீங்கள் எங்களுக்கு முதன்முதலில் அறிமுகம் ஆகிறீர்கள். அதுவரை கதைகளில் மட்டுமே கேட்ட தேவதையை நாங்கள் முதல்முறையாக நேரில் பார்த்தோம். அப்போதுதான் கல்லூரி முடித்து, கல்யாணத்துக்குக் காத்திருக்கும் காலம் வரை, அய்யன்பேட்டை எனும் சிறுநகரத்தின் தனியார் கான்வென்ட் பள்ளியில் நீங்கள் வகுப்பெடுக்க வந்தது நாங்கள் செய்த பாக்கியம். காட்டன் புடவையும், காதோரத்து ரோஜாப்பூவுமாய் நீங்கள் எங்கள் முன்பு நின்றபோது, கற்பூரம் ஏற்றாமல், தீபாராதனை காட்டாமல் நாங்கள் அம்மன் தரிசனம் செய்தோம்.

டீச்சரை நேசிக்காத பிள்ளைகள் உண்டா?

மிஸ்! நீங்கள் எங்களை முழுமையாக ஆக்கிரமித்துக் கொண்டீர்கள். ஒரு புன்முறுவலில், செல்லம் கலந்த சிறு கண்டிப்பில், சட்டென்று மாறும் சிநேக பாவனையில் நாங்கள் உங்கள் அடிமையானோம்.

எங்களில் எல்லோருடைய தனித்திறமைகளையும் எப்படி நீங்கள் அடையாளம் கண்டுகொண்டீர்கள்? விஜயகுமாரை ஓவியன் ஆக்கினீர்கள். கவிதா ஓட்டப்பந்தயத்தில் பரிசு வாங்கினாள். லோகுவும் கருணாவும் தோட்டக்கலை விற்பன்னர்களாகி, அவரவர் வளர்த்த காய்கறிகளை வகுப்புக்குக் கொண்டுவந்தார்கள். இப்படித்தான் மிஸ்... உங்களால் நானும் கவிஞனானேன்!

ஆஹா, அந்த நாட்கள்! நான் ஏதோ கிறுக்க, நீங்கள் அதைக் கொண்டாட, அதையும் ஒரு குழந்தைகள் பத்திரிகை பிரசுரித்தது. ஜெராக்ஸ் எனும் நகலகங்கள் இல்லாத அந்த நாட்களில்... காலத்தைச் சூன்யமாக்கி, தேதித்தாள்கள் தீர்ந்துபோன காலண்டர் அட்டையில் கத்தரித்து ஒட்டி, அந்தக் கிறுக்கலையும் கவிதையாக எண்ணிப் பூரித்து, வகுப்பறை

சுவரில் நீங்கள் மாட்டினீர்கள்; நானும் மாட்டிக்கொண்டு விட்டேன், மிஸ். நீங்கள் கொடுத்த உற்சாகத்தின் விளைவு... இன்றைக்கு இந்தக் கிறுக்கனின் கிறுக்கல்களை உலகமெங்கும் கொண்டாடுகிறார்கள்!

மிஸ், எங்கள் வகுப்பறைக்குள் நீங்கள் நுழைந்த முதல் கணம் உங்களுக்கு நினைவிருக்கிறதா? யௌவனத்தின் உச்சப் படிக்கட்டில் அதிரூப சுந்தரியாய் நீங்கள் நின்ற தருணம் அது. எங்கள் எல்லாரையும் எழுப்பி, "படிச்சு முடிச்சதும் நீங்க என்ன ஆகப் போறீங்க?" என்று ஒரு கேள்வி கேட்டீர்கள். அந்தக் கேள்வி எங்களைப் புரட்டிப்போட்டது.

அப்படியெல்லாம் யாரும் என்னவாகவும் ஆகிவிட முடியாது என்று இந்த நாற்பது வயதில் புரிகிறது. ஆனாலும், ஆசிரியைகள் கேள்வி கேட்பதையும், மாணவர்கள் பதில் சொல்வதையும் யாரால் தடுக்கமுடியும்?

எங்கள் கனவுகளை நாங்கள் சொன்னோம்... நீங்கள் சரியாகத்தான் வழிகாட்டினீர்கள்... எல்லாக் கனவுகளும் கலைந்துவிடும் மேகங்கள்தான் என்பதைக் காலம்தான் புரியவைத்தது. இதையொட்டி நான் எழுதிய கவிதையை உங்களுடன் பகிர்ந்துகொள்ள விரும்புகிறேன்.

அந்தக் கவிதை:

மழை பெய்யா நாட்களிலும்
மஞ்சள் குடையோடு வரும்
ரோஜாப் பூ மிஸ்
வகுப்பின் முதல் நாளன்று
எங்களிடம் கேட்டார்:

"படிச்சு முடிச்சதும் என்ன ஆகப் போறீங்க?"
முதல் பெஞ்சை
யாருக்கும் விட்டுத் தராத
கவிதாவும் வனிதாவும்
"டாக்டர்" என்றார்கள்,
கோரஸாக.
இன்று கல்யாணம் முடிந்து

குழந்தைகள் பெற்று
ரேஷன்கடை வரிசையில்
கவிதாவையும்;
கூந்தலில் செருகிய சீப்புடன்
குழந்தைகளை
பள்ளிக்கு வழியனுப்பும்
வனிதாவையும்
எப்போதாவது
பார்க்க நேர்கிறது.

''இன்ஜினியர் ஆகப்போகிறேன்''
என்ற எல்.சுரேஷ்குமார்,
பாதியில் கோட்டடித்து
பட்டுத்தறி நெய்யப்
போய்விட்டான்.

''எங்க அப்பாவுடைய
இரும்புக் கடையைப்
பாத்துப்பேன்''
என்று கடைசி பெஞ்ச்
சி.என்.ராஜேஷ் சொன்னபோது
எல்லாரும் சிரித்தார்கள்.
இன்றவன்
நியூஜெர்சியில்,
மருத்துவராகப்
பணியாற்றிக்கொண்டே
நுண் உயிரியலை ஆராய்கிறான்.
''ப்ளைட் ஓட்டுவேன்''
என்று சொல்லி

ஆச்சரியங்களில்
எங்களைத் தள்ளிய
அகஸ்டின் செல்லபாபு,
டி.என்.பி.எஸ்.சி. எழுதி
கடைநிலை ஊழியனானான்.

"அணுசக்தி விஞ்ஞானியாவேன்"
என்ற நான்,
திரைப்பாடல்கள்
எழுதிக்கொண்டிருக்கிறேன்

வாழ்க்கையின் காற்று
எல்லாரையும் திசைமாற்றிப் போட,
"வாத்தியாராவேன்"
என்று சொன்ன
குண்டு சுரேஷ் மட்டும்
நாங்கள் படித்த அதே பள்ளியில்
ஆசிரியராகப் பணியாற்றுகிறான்.

"நெனைச்ச வேலையே செய்யற,
எப்பிடியிருக்கு மாப்ளே?"என்றேன்.
சாக்பீஸ் துகள் படிந்த விரல்களால்
என் கையைப் பிடித்துக்கொண்டு,
"'படிச்சு முடிச்சதும் என்ன ஆகப் போறீங்க?'
என்று, என் மாணவர்களிடம்
நான் கேட்பதே இல்லை!" என்றான்.

இப்படித்தான் மிஸ், காலம் எங்களை வெவ்வேறு கரைகளில் புரட்டிப் போட்டுவிட்டது. ஆனாலும், நீங்கள் அளித்த அறிவெனும் வெளிச்சத்தில்தான் வாழ்ந்துகொண்டிருக்கிறோம், நாங்கள்.

இப்போது யோசித்துப் பார்க்கிறேன். நீங்கள் எங்களுக்குக் கல்வியை மட்டும் கொடுக்கவில்லை. அதையும் தாண்டி வாழ்க்கையின் அனுபவத்தையும் கற்றுக் கொடுத்தீர்கள்.

பள்ளியில், காலாண்டுத் தேர்வின்போது முன்னால் அமர்ந்திருந்த விஜயகுமாரின் பேப்பரைப் பார்த்து நான் எழுதிக்கொண்டிருந்தேன். பின்னால் இருந்து இதைக் கவனித்த நீங்கள், என் முதுகில் செல்லமாகத் தட்டி, "நேர்மையா படிச்சு நாற்பது மார்க் வாங்கு, போதும். காப்பியடிச்சு நூறு மார்க் வாங்க வேண்டாம்!" என்று சொன்னபோது, நான் ஃபெயிலாவதற்கும் தயாராக இருந்தேன்.

வாழ்க்கையில் நாம் சந்திக்க விரும்பும் நபர்கள், எப்போதும் நம்மை விட்டு விலகியே இருப்பார்கள். இந்த முப்பது வருடங்களில், 'நீங்கள் எங்கே இருக்கிறீர்கள்..? என்னவாக இருக்கிறீர்கள்?' என்று தேடிக்கொண்டே இருந்தேன்.

சமீபத்தில்தான் உங்கள் தொலைபேசி எண் கிடைத்து, உங்களுடன் உரையாடினேன். புதுவையில் அரசுப் பள்ளியில் ஆசிரியையாக நீங்கள் பணியாற்றுவது அறிந்து மகிழ்ந்தேன்.

"உனக்கு திருமணமாகிவிட்டதா? எத்தனை பிள்ளைகள்?" என்று நீங்கள் விசாரித்ததும் நெகிழ்ந்தேன்.

உங்களைப் பற்றி விசாரிக்கையில், "எனக்கு என்ன முத்துக்குமரன், தங்கச்சிகளுக்கு கல்யாணம் பண்ணி வச்சிட்டேன். எனக்கு இன்னும் கல்யாணம் பண்ணிக்கத் தோணல..." என்று சொன்னதும், அலைபேசியைத் துண்டித்துவிட்டு அழுதேன்.

எங்கள் ப்ரியத்துக்குரிய திலகவதி மிஸ் அவர்களே, உங்கள் அனுமதியுடன் உங்கள் பெயரைப் பயன்படுத்துகிறேன். உங்களுக்கு சென்னையில் ஒரு மகன் இருக்கிறான். மருமகள் இருக்கிறாள். உங்களோடு விளையாட பேரனும் இருக்கிறான். எப்போது வேண்டுமானாலும் உங்கள் வீட்டுக்கு வரலாம். வாசல் கதவு திறந்தே இருக்கும். வாங்க!

பூ என்பது பூ மட்டுமா?
அது ஒரு புன்னகை;
பழைய ஞாபகத்தின் புதிய வாசனை;
மண்ணில் உதிரும் வானவில் துண்டு;
கடவுள் எழுதிய நாட்குறிப்பின் கடைசிப் பக்கம்!

'திலகவதி மிஸ் படித்துவிட்டு என்ன சொன்னார்?'

"இத்தனை வருஷம் கழிச்சும், இத்தனை உயரத்தை எட்டிப் பிடிச்சும், மறக்காம இவ்வளவு உருக்கமா எழுதியிருக்கிற முத்துக்குமரனை நினைக்கும்போது ரொம்பவே பெருமையா இருக்கு. மனபூர்வமா சொல்லப்போனா, ஒரு ஆசிரியையா நான் நிறைவடைகிறேன்..!"

முத்துக்குமாரின் ஐந்தாம் வகுப்பு ரோஜாப்பூ மிஸ். தற்போது புதுச்சேரி, காலாப்பட்டு அரசு பெண்கள் மேல்நிலைப்பள்ளியில் பட்டதாரி ஆசிரியை. "எனக்கு காஞ்சிபுரம்தான் சொந்த ஊர். தெய்வா இங்கிலீஷ் மீடியம் ஸ்கூல்ல அஞ்சாம் வகுப்பு டீச்சரா சேந்தேன். முத்துக்குமரன் அந்த வகுப்புலதான் படிச்சுச்சு. சின்ன வயசுல இருந்தே ஆசிரியை ஆகணும்னு கனவு கண்டவ நான். குழந்தைகளை எப்படி அணுகணும், எப்படி உற்சாகப்படுத்தணும்னு நிறைய கற்பனைகள் இருந்துச்சு.

அந்த வயசிலேயே முத்துக்குமரன் ஒரு கவிதை எழுதிக் கொண்டுவந்துச்சு. அந்த வயசுல அப்படியொரு திறமையை நான் எதிர்பார்க்கலே. வகுப்பறையில ஒட்டி வைக்கச் சொன்னேன். அதுக்குப் பிறகு நிறைய நாடகங்கள், பாடல்கள் எல்லாம் எழுதிக் கொண்டு வரும்.

ஒரு வருடம் அந்தப் பள்ளியில வேலை செஞ்சேன். பிறகு, பாண்டிச்சேரி வந்துட்டேன். ஒருமுறை முத்துக்குமரன்கிட்ட இருந்து போன். சர்வதேசப் புகழ், தேசிய விருதுன்னு உயர்ந்த இடத்துல இருக்கிற பிள்ளையை, 'வா... போ...'ன்னு கூப்பிடுறதா, 'வாங்க...போங்க...'ன்னு கூப்பிடுறதான்னு திணறிட்டேன். பொங்கல், தீபாவளிக்கு வாழ்த்து சொல்லிக்குவோம். ஜூலை 12, முத்துக்குமரனுக்கு பிறந்தநாள். சிங்கப்பூர்ல இருக்கிற என் சகோதரி, 'இங்கே டி.வி.யில சிறப்பு நிகழ்ச்சிகள் நடந்துட்டிருக்கு. நீ வாழ்த்துச் சொல்லலயா'ன்னு கேட்டா. உடனடியா போன் பண்ணி வாழ்த்துச் சொன்னேன். 'என் தாயே வாழ்த்தினது மாதிரி இருக்கு'ன்னு முத்து சொன்னதும் கலங்கிட்டேன்.

புதுசு புதுசா பல பெரிய மனிதர்களைப் பார்க்கிற இடத்துல இருந்தாலும் ஒரு ஆசிரியையை நினைவு வச்சு, அதுவும் ஒரு தாய் ஸ்தானத்துல வச்சு இத்தனை நெகிழ்ச்சியா எழுதுற பண்பை எந்த வார்த்தையால கொண்டாடுறது?

'ரோஜாப்பூ மிஸ்' கட்டுரையோட கடைசி வரிகளைப் படிச்சப்போ என்னையும் அறியாம கதறி அழுதேன். சீக்கிரமே சென்னைக்குப் போய், மகன், மருமகள், பேரனைப் பார்க்கணும்..." நெகிழ்ந்து சொல்கிறார் திலகவதி.

தோழியின் கணவன்

எவற்றின் நடமாடும் நிழல்கள் நாம்?

- எழுத்தாளர் மௌனி

ரயிலை ரசிக்காதவர்கள் உண்டா? ரயில் பயணங்கள் எப்போதும் எனக்குப் பிடித்தமானவை. ரயில் ஒரு யானைக் கூட்டமாக இருக்கிறது; நெளியும் பாம்பாக இருக்கிறது; கனைக்கும் குதிரையாக இருக்கிறது; இப்போதுதான் பிறந்து மெல்லச் சிணுங்கும் குழந்தையாக இருக்கிறது.

அழகான பெண்கள் ஒவ்வொரு கோணத்திலும் ஒவ்வொரு மாதிரி இருப்பது போல, ரயிலும் ஒவ்வொரு பார்வைக்கும் ஒவ்வொரு வடிவம் கொள்கிறது. சிவபெருமானுக்கு அடுத்ததாக நெற்றிக்கண்ணுடன் அலைவது ரயில் வண்டிகள் மட்டுமே. ரயில் வண்டி, நகர்ந்து செல்லும் 'ஆயிரம் ஜன்னல் வீடு'!

ஒரு தாயைப்போல ரயில் நம்மை மடியில் அமர வைத்துத் தாலாட்டுகிறது. எதிரொலி போல், நாம் மனதுக்குள் எந்தப் பெயரை நினைக்கிறோமோ அதே பெயரைத் தன் நெடிய நாக்கால் உச்சரித்து நம் தோழனாகிறது.

எல்லா ரயில்நிலையங்களுக்கும் ஒரே விதமான தோற்றம் தருவது சிமெண்ட் பெஞ்சுகளே. எலும்பைப்போல் காரை பெயர்ந்து கம்பிகள் வெளித் தெரிய, சிமெண்ட் பெஞ்சுகள் ரயில்நிலையங்களின் சூழலை ரம்மியமாக்குகின்றன. பூவரச மரங்களிலிருந்து உதிரும் பூக்களுக்கு இடம் கொடுத்தபடி, கொய்யாப்பழ வியாபாரிகளின் கூடை வாசனைக்காகவும், எப்போதாவது வந்து அமரும் பயணிகளின் புளியோதரைப் பொட்டல வாசனைக்காகவும், அந்த சிமெண்ட் பெஞ்சுகள் காக்கைகளுடன் காத்திருக்கின்றன.

ரயில்நிலையத்தில் பிச்சைக்காரர்கள், வழிப்போக்கர்கள், சந்நியாசிகள், பவுடரில் குளித்த பாலியல் தொழிலாளர்கள், இருட்டை எதிர்நோக்கும் பெருந்திணைக் காதலர்கள் என சிமெண்ட் பெஞ்சுகளின் உலகம் நேரத்திற்கேற்ற மாதிரி வடிவம் மாறும். சிமெண்ட் பெஞ்சுகளின் பார்வையில், ரயில் என்பது வெவ்வேறு ஆட்களின் ஒற்றைக்குரல்.

பின்னோக்கி ஓடும் காட்சிப் படிமங்கள் வழியாக ரயிலின் ஜன்னல்கள், நம்மை கடந்தகாலத்துக்கு அழைத்துச்செல்கின்றன. ரயிலின் ஜன்னல் கம்பிகளில் உறைந்து போயிருக்கும் கண்ணீர்த் துளிகளில், பிரிவின் வலி பொதிந்திருக்கும். முட்டைக்குள்ளிலிருந்து கண் விழித்து வெளிவரும் குஞ்சுகள் ஈரப் பிசுபிசுப்போடு வருவதைப் போல, அதிகாலையில் விழித்து அடுத்த நிலையத்தில் இறங்குபவரை தன் கருவறையின் இரும்பு வாசனையோடு வழியனுப்புகிறது, ரயில்.

சில வாரங்களுக்கு முன்பு, ஓர் இலக்கிய நிகழ்வில் கலந்து கொள்வதற்காக பாண்டியன் எக்ஸ்பிரஸில் பயணித்துக் கொண்டிருந்தேன். எப்போதும் பொது வெளிகளில் பயணிக்கையில், நான் சாயல்களின் வெளிச்சத்தில் வழி தப்பிய வண்ணத்துப்பூச்சியாகி விடுவேன்.

ஒரு சிலர் முதல் பார்வையிலேயே என்னை அடையாளம் கண்டுகொள்வார்கள். ஒரு மென் புன்னகை, சிறு கைகுலுக்கல். என் பாடல் அல்லது படைப்புகள் குறித்து உரையாடிக் கலைவார்கள்... இது முதல் வகை.

இரண்டாவது வகை அடையாளக் குழப்பங்கள் நிறைந்தது.

செல்போனைக் கையில் எடுத்து, என்னை முறைத்தபடியே, "டேய், சார்ரா... ரயில்ல எனக்கு எதிர்லதான் உக்காந்துருக்காரு" என்றதும், எதிர்முனையிலிருந்து "யார்ரா?" என்று ஸ்பீக்கர் குரல் ஒலிக்கும். "அதான்டா! 'பொல்லாதவன்' படத்துல வில்லனா நடிச்சாரே! ஆங்... கிஷோருடா" என்று சொன்னவுடன் நான் 'பொல்லாதவன்' கிஷோராகி கையிலிருக்கும் புத்தகத்துக்குள் மூழ்கிவிடுவேன்.

இப்படித்தான், ஹைதராபாத்தில் ஒரு நண்பரின் பிறந்த நாள் கொண்டாட்டத்திற்காக அங்கிருந்த லோக்கல் ஒயின் ஷாப்பில் குழுமியிருந்தோம். என் கையிலிருந்த கண்ணாடிக் குவளையின் நுரைகளை விலக்கி முதல் மிடறு பீரை நான்

தொண்டைக்குள் நனைத்தபோது எதிரில் நின்ற கடைப் பையன் கேட்டான்;

"சார்... நீங்க வெற்றிமாறன்தானே சார்? நான் உங்க ஃபேன் சார். 'ஆடுகள'த்துக்குப் பிறகு அடுத்த படம் ஏன் சார் ரிலீஸே ஆகல? புதுக்கோட்டதான் என் சொந்த ஊரு" என்றதும், நான், "பேசிக்கிட்டு இருக்கோம் தம்பி. சீக்கிரம் அனவுன்ஸ் பண்ணுவேன்" என்றேன். "சார்... உங்க ஆட்டோகிராஃப் போட்டுக் குடுங்க சார்" என்று ஒரு துண்டுக் காகிதத்தை நீட்ட.... 'அன்புடன், வெற்றிமாறன்' என்று கம்பீரமாகக் கையெழுத்திட்டுக் கொடுத்தேன்.

வெற்றிமாறனும் நானும் எங்கள் ஆசான் பாலுமகேந்திரா விடம் ஒன்றாகப் பாடம் கற்றவர்கள். கையெழுத்திட்டவுடன் வெற்றியை செல்போனில் அழைத்து, "வெற்றி... இப்பதான் ஆந்திராவுல உன் பேரை ரிப்பேர் பண்ணிட்டு இருக்கேன்..!" என்று, நடந்ததை விவரித்ததும், எதிர்முனையில் வெற்றி வெடித்துச் சிரிக்கும் ஒலி கேட்டது.

எல்லாவற்றுக்கும் மேலாக, ஒரு பாடல் பதிவுக்காக மும்பையில் தங்கியிருந்த போது, அந்த ஓட்டல் ரிசப்ஷனிஸ்ட் கேட்டாள்; "நீங்க பார்த்தா இந்தி நடிகர் 'நானா படேகர்' மாதிரி இருக்கீங்க. ஏன் நீங்க இந்தி சினிமாவுல நடிக்க முயற்சிக்கக் கூடாது?"

நான் அமைதியாகச் சொன்னேன்; "அம்மணி! எனக்குத் தொழில் உர வியாபாரம். சினிமா நமக்கு சரிப்படாது." "அப்படியெல்லாம் சொல்லக் கூடாது சார். சினிமாவுலதான் கோடி கோடியா சம்பாதிக்கிறாங்க!" நான் மீண்டும் புன்னகையுடன், "என் தட்டுல இன்னிக்கு விழுற சாப்பாடே எனக்குப் போதும்!"

நல்லவேளையாக பாண்டியன் எக்ஸ்பிரஸில் எந்த இடையூறுகளும் இல்லை. நான்கு பேர் அமர்ந்து பயணிக்கக்கூடிய ஃபேர்ஸ்ட் கிளாஸ் கூபேயில் எதிரில் அமர்ந்திருந்த இரண்டு பேரும் வண்டி புறப்பட்டதுமே மேல் பர்த்துகளில் உறங்கப் போய்விட்டார்கள்.

தாம்பரத்தில் மிலிட்டரி மீசையுடன் நாற்பத்தைந்து வயது மதிக்கத்தக்க தோற்றத்தில் ஒருவர் ஏறி என் எதிரில் அமர்ந்தார். மேலும் கீழும் பார்வையால் அவர் என்னை அளந்தபோது, 'சி.பி.ஐ. ஆபீஸரோ' என்று சந்தேகம் எழுந்தது. பத்தாம்

வகுப்பில் என் அப்பாவின் பர்ஸிலிருந்து ஐம்பது ரூபாய் திருடியதைத் தவிர வாழ்க்கையில் இதுவரை நான் எந்தத் தவறும் செய்ததில்லை. 'அதற்காக காலம் கடந்து இப்படி ஒரு பார்வை தண்டனையா?' என்று மனசு அடித்துக்கொண்டது.

"நீங்க நா.முத்துக்குமார்தானே?" என்று அவர் கை நீட்டியபோது நான் பயத்தின் பிடியிலிருந்து வெளியே வந்து, "ஆமாம்" என்றேன்.

"உங்களத்தான் இவ்வளவு நாளா தேடிக்கிட்டு இருந்தேன்" என்று அவர் சொன்னதும், மீண்டும் பழைய பயம் ஆயிரம் பாம்புகளாய் என் அடிவயிற்றில் படம் விரித்தாடியது.

"சார், என் பேரு கோவிந்தராஜன். ரயில்வேயிலதான் வேலை செய்றேன். என் ஒய்ஃப் அடிக்கடி உங்களப் பத்தி சொல்லுவா. அவளும் நீங்களும் ஆறாவதுல இருந்து பிளஸ்டூ வரைக்கும் ஒண்ணாப் படிச்சீங்களாமே?" என்று சொல்லி மூச்சை இழுத்தார்.

நான், "ஓ... அப்படிங்களா?" என்றேன்.

"ஆமா சார்! டெய்லி வீட்ல உங்களப் பத்திதான் பேச்சு. அவளும் நீங்களும்தான் கவிதைப் போட்டில கலந்துக்குவீங்களாமே? அவதான் ஃபர்ஸ்ட் பிரைஸ் வாங்குவாளாம். என்னிக்கும் நீங்க அவள ஜெயிச்சதே இல்லையாம். எங்க மாமனார் இறந்ததும் பிளஸ்டூவோட படிப்ப நிறுத்திட்டா. இல்லன்னா உங்கள மாதிரி உலகம் முழுக்க ஃபேமஸ் ஆயிருப்பா" என்ற அவர் குரலில், ஒரு கவிதாயினி காணாமல் போனதற்கான நிஜ தொனி ஒலித்தது.

நான் சில நிமிடங்கள் யோசித்து, என்ன சொல்வதென்று தெரியாமல் "ஸாரி சார்!" என்றேன்.

"அதெல்லாம் விடுங்க சார். உங்க மேல அவளுக்கு எவ்வளவு அன்பு தெரியுமா? டென்த் படிக்கும்போது அவ ஜாமெட்ரி பாக்ஸ்ல இருந்து நெல்லிக்காயையும் நாவல் பழத்தையும் நீங்க திருடி சாப்பிட்டீங்கன்னு உங்க கையில காம்பஸால குத்திட்டாளாமே?

டி.வி.யில நீங்க வரும்போதெல்லாம், உங்க கையில இருக்கிற தழும்பை என்கிட்ட காட்டி 'நான்தான் தெரியாம அந்தத் தப்பை செஞ்ச பாவி'ன்னு சொல்லி அழுவா சார்!"

இப்போது எனக்கும் அழுகை வருவதுபோல் இருக்கிறது.

எங்கள் பள்ளிக்கு எதிரில் இருக்கும் மைதானத்தில் ஈச்சம்பாயை விரித்து அதில் நெல்லிக்காய், நாவல்பழம், எப்போது எடுத்தாலும் கடைசியாய் கசப்புடன் பல்லில்படும் சொத்தை வேர்க்கடலை, புளிப்பேறிய மாங்காய் துண்டுகள், புழுக்கள் எட்டிப் பார்க்கும் இலந்தைப் பழங்கள் என கடை பரப்பி விற்கும் வெண்கூந்தல் விரித்த பாட்டியும், அவளெதிரே நின்று கூவிக் கூவி சேமியா ஐஸ் விற்கும் காசி அண்ணனும் ஞாபகத்திற்கு வந்தார்கள்.

"சார், உங்க ஒய்ஃப் பேர் என்ன சார்?" என்றேன் பரவசத்துடன். "காயத்ரி சார். கே.எஸ்.காயத்ரி. இன்னுமா உங்களுக்கு ஞாபகம் வரல?" என்று அவர் கேட்டதும், என் கண்ணெதிரே கண்ணாடி போட்ட காயத்ரி, சிலுவை போட்ட காயத்ரி, தெற்றுப்பல் காயத்ரி என எல்லா காயத்ரிகளும் வந்து போனார்கள்.

"நல்லா யோசிங்க சார்... திருச்சில நான் இறங்கிடுவேன். எப்ப திருச்சி பக்கம் வந்தாலும் எங்க வீட்டுக்கு நீங்க அவசியம் வரணும். என் ஒய்ஃப் உங்களப் பாத்தா ரொம்ப சந்தோஷப்படுவா. இதான் என்னோட விசிட்டிங் கார்ட்" என்று கையில் கொடுத்துவிட்டு அவர் உறங்கிப் போனார்.

அதிகாலையில், திருச்சி ஸ்டேஷனில் ரயில் நின்று, என்னிடமிருந்து விடைபெற்று, பிளாட்பாரத்திலிருந்து அவரது உருவம் மறைந்த கடைசி கணம் வரை, நான் அவரிடம் ஒரு விஷயத்தைச் சொல்லவே இல்லை...

'ஆறாம் வகுப்பிலிருந்து பிளஸ் டூ வரை நான் படித்தது ஒரு ஆண்கள் மேல்நிலைப்பள்ளி, என்னுடன் எந்தப் பெண்ணும் படிக்கவே இல்லை' என்பதை!

கல்யாணத் தேன் நிலா

மூத்தோர் சம்மதியின் வதுவை
முறைகள் பின்பு செய்வோம்!
காத்திருப்பேனோடி? இது பார்
கன்னத்தில் முத்தம் ஒன்று!

– மகாகவி பாரதி

திருவிழா பார்ப்பதுபோல, தேர் பார்ப்பதுபோல, காலடியில் மண் சரியும் கடல் பார்ப்பதுபோல, சிறுவயதில் எங்களுக்கு திருமணங்களுக்குச் செல்வதும் சந்தோஷமான ஒன்று.

திருமணம் என்பது உறவினர்கள் ஒன்றுகூடும் ஜமா. தெரிந்த முகங்களும், தெரியாத முகங்களும் ஒன்று கலக்கும் உற்சாக உற்சவம். ஞாபகங்களின் டிரங்குப் பெட்டியைத் திறக்கையில் சட்டென்று வெளிப்படும் ரச கற்பூர வாசனையின் கமகமா. தேக்கு மரக் கதவில் கட்டியிருக்கும் வெள்ளி மணிகள் காற்றில் ஆடும் கிண்கிணி. ஆணையும் பெண்ணையும் முன்வைத்து அனைவரும் இணையும் மானுட சங்கமம்.

ஒவ்வொரு திருமணத்தின்போதும் சொந்தக்காரர்கள் வீடு தேடி வந்து பாக்கு வெற்றிலையுடன் பத்திரிகை கொடுக்கும்போதே, அதை வாங்கும் அப்பாவின் விரல்கள் லேசாக நடுங்கத் தொடங்கும்.

கல்யாண நாள் நெருங்க நெருங்க, "ஏதாவது கல்யாணம் காட்சின்னா போட்டுட்டுப் போக இந்த வீட்டுல நகை நட்டு இருக்கா? எல்லாத்தையும் அடகு வெச்சாச்சி! எல்லார்

முன்னாடியும் எப்படி தலை காட்டுறது? நான் வரலை. நீங்க மட்டும் போயிட்டு வாங்க!" என்று வீட்டில் முணுமுணுக்க, அப்பா, பீரோவைத் திறந்து அடகுக்கடை ரசீதுகளைத் தேடி எடுப்பார். பெரும்பாலும் மஞ்சள் அல்லது ரோஸ் வண்ணத்தில் இருக்கும் அந்த 'கியான்லால் சந்த்' அடகுக்கடை ரசீதுகளைப் பார்க்கும்போதெல்லாம் அப்பாவின் விரல்கள் மேலும் நடுங்கத் தொடங்கும்.

"நாளைக்கு மீட்டுக்கலாம்!" என்று எல்லாருக்கும் கேட்கும்படி தனக்குத் தானே நம்பிக்கை ஏற்றிக்கொள்வார். அந்த 'நாளை' என்பது, ஜி.நாகராஜனின் நாவல் தலைப்பைப் போல 'நாளை மற்றுமொரு நாளே!' எனக்கென்னவோ ஜி.நாகராஜன் அப்பாவுக்காகவே அப்படி ஒரு தலைப்பு வைத்திருப்பாரோ என்று தோன்றும். ஏனென்றால், அப்பாவின் பேரும் நாகராஜன்தான்.

கல்யாணத்திற்கு முந்தைய நாள் காலையில் தயங்கித் தயங்கி அப்பா சொல்வார்... "நானும் எங்கெங்கோ பணம் கேட்டுப்பார்த்தேன், கெடைக்கலை! பக்கத்து வீட்டுல செயினோ, கம்மலோ இரவல் வாங்கிப் போட்டுட்டு வா! சீக்கிரம் மீட்டுடலாம்."

சமையலறையில் பாத்திரங்கள் சத்தமாக உருளும். என்ன செய்வது? இங்கு பெரும்பாலும் கல்யாணத்தை மட்டுமல்ல, கல்யாணத்தில் கலந்துகொள்வதையும்கூட நகைகள்தான் தீர்மானிக்கின்றன.

அந்தப் பாத்திர கோபம் அடுத்து என் பக்கம் திரும்பும். "தீபாவளி, பொங்கலுன்னு எடுக்குற புதுத்துணியை பெட்டியில வைடான்னா கேக்குறானா? தொரை டீக்கடைக்குப் போனாக் கூட புதுத்துணிதான் போட்டுட்டுப் போவாரு. போ! அந்தப் பழைய கட்டம் போட்ட சட்டையையும், சாயம் போன டிரவுசரையும் போட்டுட்டு வா! எல்லோரும் என்னைத்தான் குறை சொல்வாங்க!"

நான் எதுவும் பேசாமல் மௌனமாக அதே பழைய கட்டம் போட்ட சட்டையையும், சாயம் போன டிரவுசரையும் போட்டுக்கொண்டு கிளம்புவேன். ஆயினும் தோழர்களே! ஆயிரம் வானவில்கள் வண்ணங்களால் குளிப்பாட்ட நான் கல்யாண மண்டபம் நுழைவேன். வாசலில் நின்று பன்னீர்

தெளிக்கும் தாவணிப் பெண்களில் முறைப்பெண் மட்டும் தலைகுனிந்திருக்க, தூரத்து சகோதரிகள் சந்தனத்தையும், கற்கண்டு தட்டையும் நீட்டுவார்கள். "ஏன்... அவ கொடுக்க மாட்டாளா? கைல சுளுக்கா?" என்று நக்கலடித்து உள்ளே செல்கையில் தொடங்கும் கல்யாணக் கொண்டாட்டம்.

முழுதாய்ப் பூத்த பூக்களைவிட, பூப்பதற்கு முந்தைய கணத்தில் மொட்டின் இதழ்களுக்கு இருக்கும் அழகே தனி. உண்மையில் கல்யாணங்களைவிட, கல்யாணத்திற்கு முந்தைய மாலைப்பொழுதே கொண்டாட்டங்களைத் தொடங்கி வைக்கின்றன.

அது மாப்பிள்ளை அழைப்போ, பெண் அழைப்போ... நூற்றாண்டுகளின் வெளவால் வாசம் படிந்த கோயில்களிலிருந்து ஜானவாச காரின் ஓரத்தில் அமர்ந்தோ, பெட்ரோமாக்ஸ் வெளிச்சத்தில் நடராஜா சர்வீஸில் பயணித்தோ வந்த அந்த நாள் சந்தோஷங்கள் இப்போது கேட்டாலும் திரும்பி வாராதவை.

எல்லா கல்யாண வீடுகளின் மெல்லிசைக் கச்சேரிகளைப் போலவே வெள்ளை பேன்ட் வெள்ளை சட்டை அணிந்து, நெற்றி முழுக்க விபூதி பூசிய ஒருவர் 'பச்சைக்கிளி... முத்துச்சரம்...' என்று டி.எம்.எஸ். குரலில் பாட, சுற்றிலும் ஒலிக்கும் கொலுசுகளின் தாளத்தில் நான் எம்.ஜி.ஆர். ஆகி, என்னைச் சுற்றி சரோஜாதேவிகள் நடமாடுவார்கள்.

எண்ணெய் வழிய வழிய, உடைந்த அப்பளங்கள் கூடைகளில் பயணிக்கும் பந்தியில் உண்டு முடித்து, அருகில் இருக்கும் திரையரங்குகளில் மாமாக்களுடனோ, சித்தப்பாக்களுடனோ 'ரெண்டாம் ஆட்டம்' பார்த்ததை எல்லாம் எப்படி மறக்க முடியும்? என் வாழ்வில் நான் பார்த்த ஆகச் சிறந்த படங்கள் அவை. ஏனெனில், அவை நினைவுகளுடன் கலந்தவை.

மண்டபத்து ஹாலிலோ, மொட்டை மாடியிலோ, கிடைத்த இடத்தில் கொஞ்சம் உறங்கி, பவுடர் வாசமுடன் அதிகாலை முகூர்த்தம் தொடங்கும். மறுவீட்டு சீரும் முடிந்து, தலைக்கு மேல் ஓடுவதாக நடித்துக்கொண்டிருக்கும் மின் விசிறிகளின் கிறீச்சிடல்களின் ஊடே உறவினர்களுடன் பழைய கதை பேசிய காலங்கள், இன்று ஏழு கடல் தாண்டி, ஏழு மலை தாண்டி, ஏதோ ஒரு பச்சைக்கிளியின் கழுத்திற்குள் ஒளிந்து விட்டன.

தேர்வு சமயங்களில் நான் கலந்துகொள்ளாத திருமண வீடுகளின் பந்தியிலிருந்து தனக்கு வைத்த பலகாரங்களை முந்தானையில் முடிந்து வீட்டிற்கு எடுத்து வந்து ஆயா ஆசையுடன் தின்னத் தரும். அந்த முந்தானையில் உடைந்தும், உதிர்ந்தும் இருந்தவை மெதுவடையோ, பாதுஷாவோ, லட்டோ அல்ல... ஆயாவின் அன்பு.

உறவினர்களின் திருமணங்கள் தவிர்த்து, கல்லூரிக் காலங்களில் நண்பர்களின் அண்ணனுக்கோ, அக்காவிற்கோ நடக்கும் திருமணங்களின் கேளிக்கைகள் வேறு விதமானவை. திருமணத்தில் பரிசளிப்பதற்காகவே கண்டுபிடிக்கப்பட்டிருக்கும் பால் குக்கரும், சுவர்க்கடிகாரமும் வாங்க ஆளாளுக்கு ஐந்தோ, பத்தோ நிதி திரட்ட அன்று நாங்கள் பட்ட பாடுகள்... அந்த அனுபவங்கள்தான் இன்றைய என் பாட்டுகள். இது தொடர்பாக இருபது வருடங்களுக்கு முன்பு நான் எழுதிய கவிதையை உங்களுடன் பகிர்ந்துகொள்ள விரும்புகிறேன்...

வெட்கத்தை நிரப்பி
ஒரு கடிதம்
ஆருயிர் ஆனந்த்
வருத்தமும் வருத்த நிமித்தமுமாய்
இக்கடிதம்.

உன் தங்கை திருமணத்தில்
அந்தச் சம்பவம்
நடக்காமல் இருந்திருக்கலாம்.
பொதுவாக திருமணங்கள்
அதுவும்
வெளியூரில் எனில்
நண்பர்கள் நிலைமை
தண்ணீர் தெளித்த மாடுதான்.

சாவகாசமாய் புரட்டுகையில்
வரிக்கட்டங்களில்

மனிதர்கள் சிறைப்பட்ட
எண்பது பக்க மொய் நோட்டில்
எங்கள் பெயர் இல்லாதது
உன்னை மேலும் வருத்தியிருக்கும்!

வீட்டில் பணம் வாங்கியிருந்தும்
எங்கள் மனத் தெளிவில்
கல்லெறிந்தது சுரேஷ்.

''நாம வேலையா செய்றோம்,
ஸ்டூடன்ட்ஸ்தானே?''
ஆகையால் தண்ணியடித்தோம்.
ஆம்லெட் உபயம்,
எனது மொய்ப்பணம்.

நீயே சொல்.
பாசி தேங்கிய நீரில்
கலந்து குடித்த
மெக்டொவல் பிராந்தியும்
மிளகாய்த்தூள் மிதக்கிற
கத்தரிக்காய் சாம்பாரும்
என்றாவது ஒத்துப் போகுமா?

கல்யாணப் பந்தியில்
குமட்டிய வாந்திக்கு
காரணம் இதுதான்.
நண்பா...
உனக்கு நாங்கள்

எந்த விதத்திலும் உதவவில்லை!
வாசலில் நின்று
பன்னீர் தெளித்திருக்கலாம்.

வியர்வையுடன்
அன்பும் வழிய
பந்தி பரிமாறியிருக்கலாம்.

குறைந்தபட்சம்
சீட்டாட்டம் தவிர்த்து
தாம்பூலப்பையில்
தேங்காயாவது நிரப்பியிருக்கலாம்!

எல்லாவற்றிற்கும் மேல்,
கேசவன் கேலி செய்தது
உனது அத்தைப் பெண்ணாமே?
மன்னிப்புக்கு இல்லை இக்கடிதம்.
மன்னிக்க மாட்டாய், தெரியும்!
வீடு தேடி வந்து
உதைத்துவிட்டுப் போ!

கல்யாணம் மாமா

'கடவுள் அமைத்துவைத்த மேடை
இணைக்கும் கல்யாண மாலை!'

- கவியரசு கண்ணதாசன்.

ஆறு மாதங்களுக்கு முன்பு, ஒரு நல்ல வெயில் நாளில் 'கல்யாணம் மாமா' செத்துப்போனதாக செய்தி வந்தது. ஒவ்வொரு சொல்லுக்கும் ஒரு ஒலி உண்டு. அந்த ஒலிதான் அந்தச் சொல்லுக்குரிய வண்ணங்களையும், எண்ணங்களையும் மனதில் உண்டாக்குகிறது.

சாதல் என்பதை,

'இறந்து போனார்' என்றால் நெஞ்சுக்குள் ஒரு திடுக்கிடல்.

'மரணமடைந்தார்' என்றால் முரட்டுத்தனமான ஒரு பயம்.

'இறைவனடி சேர்ந்தார்' என்றால் பின்னணியில் ஊதுபத்தி வாசம்.

'இயற்கை எய்தினார்' என்பதில், பறித்த பூவை அது பூத்த இடத்திலேயே திரும்ப வைப்பதுபோன்ற பிம்பம்.

'செத்துப்போனார்' என்பதில் ஒரு சாமான்யத்தனம் கலந்து, செத்துப்போனவர் எளிமையும் யதார்த்தமுமாக மனதுக்கு நெருக்கமாகிறார்.

ஆக, கல்யாணம் மாமா செத்துப்போன தகவல் என்னை வந்தடைந்தபோது, நான் இசையமைப்பாளர் ஜி.வி.பிரகாஷ் ஸ்டூடியோவில் அமர்ந்து பாடல் எழுதிக்கொண்டிருந்தேன்.

“தன்னன்ன தன்னன்ன தானா இல்ல... சந்தம் இதுதான் தனான தன்ன தனானா” தம்பி ஜி.வி.பிரகாஷ் சொல்ல, “கனாவில் வந்த கனாவே” என்றேன்.

பாடல் முடிந்து கிளம்புகையில் தொலைபேசியில் கல்யாணம் மாமாவின் முகவரியை விசாரித்தேன். காஞ் சிபுரத்திலிருந்து வந்தவாசிக்குச் செல்கிற வழியில் பெருநகருக்குப் பக்கத்தில் ஒரு கிராமம். வண்டியில் சென்று கொண்டிருக்கையில் நினைவுகள் புள்ளி புள்ளியாகத் திரண்டு, அந்தப் புள்ளிகள் கோடுகளாகி, அந்தக் கோடுகள் கல்யாணம் மாமாவின் ஞாபகத்தை வரைந்து கொண்டிருந்தன.

மனிதர்கள் ஏன் செத்துப் போகிறார்கள்?

பேருந்தின் ஜன்னலோரக் காற்றின் லயத்தில் கொஞ்சம் கண் அசந்து, சட்டென்று விழித்துப் பார்த்தால் பக்கத்தில் இருந்தவர் சென்ற நிறுத்தத்திலேயே இறங்கிவிட்டதைப் போல, காலத்தின் காற்றில் தெரிந்தவர்களில் ஒவ்வொருவராகத் தொலைந்து போகிறார்கள்.

எங்கள் அப்பாவைப் பெற்ற ஆயா பிறந்து வளர்ந்தது, வந்தவாசிக்கு அருகில் உள்ள பெருநகர் கிராமம். கல்யாணம் மாமா ஆயாவிற்கு தூரத்து சொந்தக்காரர். “பங்காளிகள் வழியில் சித்தப்பா பையனோ? பெரியப்பா பையனோ? தம்பி முறை...” என்று ஆயா சொல்லும். அப்பாவை விட ஐந்தாறு வயதுதான் மூத்தவர் என்றாலும், அப்பா அவரை ‘மாமா’ என்றுதான் அழைப்பார். சிறுவர்களகிய எங்களுக்கு அவர் என்றும் ‘கல்யாணம் மாமா’!

கல்யாணம் மாமாவின் தோற்றத்தை ஒரு வகைக்குள் அடக்கிவிட முடியாது. சிலசமயம் பனை மரங்களைப்போல ஒட்ட கிராப் வெட்டியிருப்பார். சிலசமயம் நீண்ட முடி வளர்ந்து, தலையில் சடை சடையாகத் தொங்கும். பார்ப்பதற்கு நடிகர் ஜனகராஜைப் போலிருப்பார். எப்போதும் லுங்கி, சட்டை, தோளில் துண்டு, கையில் ஒரு துணிப்பை.

“ஏன் மாமா... வேஷ்டி எல்லாம் கட்ட மாட்டீங்களா? எப்ப பார்த்தாலும் லுங்கியிலேயே வர்றீங்க?” என்றால், “ஊர் ஊரா அலையுறவன் நானு. லுங்கிதான் வசதி. மடிச்சிக் கட்டிக்கிட்டு மரத்தடியில படுத்துக்கலாம். அழுக்கும் தெரியாது!” என்பார் சிரித்தபடி.

உண்மையில் கல்யாணம் மாமா ஒரு யாத்ரிகனைப்போல் ஊர் ஊராகத் திரிந்துகொண்டிருந்தார். "அவன் வாங்கி வந்த வரம் அப்படி, ஒரு எடத்துல நிக்க மாட்டான்!" என்று ஆயா அடிக்கடி அலுத்துக் கொள்ளும்.

கல்யாணம் மாமாவின் நிஜப் பெயர் என்னவென்று எங்களுக்குத் தெரியாது. 'கல்யாணம் மாமா' என்பது அவருக்கு வந்து சேர்ந்த காரணப் பெயர்.

"அறுநூத்திப் பத்து கல்யாணம் செஞ்சி வெச்சிருக்கேன். இப்பக்கூட நம்ம சம்பத்து பையன் முருகேசனுக்கு பொண்ணு பாக்கத்தான் போயிட்டிருக்கேன்!" என்று பெருமையாகச் சொல்வார்.

கல்யாணம் மாமா தீவிரமான திருமணத் தரகர் கிடையாது. தெரிந்தவர்கள், உறவினர்கள், நண்பர்களின் வீடுகளுக்குச் செல்கையில் அவர்களது பையன் அல்லது பெண் ஜாதகத்தை வாங்கிக்கொள்வார். அலைந்து திரிந்து ஐந்தாறு மாதங்களில் சரியான வரன் பார்த்து கண்முன் நிறுத்துவார். கிறிஸ்தவர், இஸ்லாமியர் என்று சாதி மத பேதமின்றி அனைவருக்கும் வரன் பார்த்து, இடையில் எழும் மனஸ்தாபங்களை பேசித் தீர்த்து, திருமணம் முடியும் வரை உடனிருந்து, மணமக்களை வாழ்த்திவிட்டுத்தான் கிளம்புவார். கல்யாண வீட்டுக்காரர்கள் அவருக்கு ஏதாவது பணம் கொடுத்தால் வாங்க மாட்டார்.

"எனக்கு தெரிஞ்ச எடத்துல கை காட்டிவுட்டேன். இதுல எனக்கு ஒரு மனத்திருப்தி கெடைக்குது. காசு, பணம்லாம் வேணாம். எப்பவாவது உங்க வீட்டுக்கு வந்தா சோறு போடுங்க, போதும்!" என்பார்.

கல்யாணம் மாமா எப்போதும்போலவே சொல்லாமல் கொள்ளாமல் வீட்டுக்கு வருவார். ஒரு நான்கைந்து நாட்கள் தங்கிவிட்டு மீண்டும் யாரிடமும் சொல்லாமல் காணாமல் போய்விடுவார். அவர் வீட்டுக்கு வரும் நான்கு நாட்களும் எனக்கு திருவிழாவுக்குப் போனதைப்போல சந்தோஷமாக இருக்கும்.

"செய்யாறுல ஒரு பொண்ணு இருக்கு. உங்க சித்தப்பனுக்கு கால்கட்டு போட்டாதான் அடங்குவான். வா ஒரு எட்டு போய் பார்த்துட்டு வந்துடலாம்" என்று அழைத்துக் கொண்டு போவார். பேருந்து நிலையத்தில் விற்கும் இஞ்சி முரப்பாவுக்கு ஆசைப்பட்டு நானும் உடன் செல்வேன்.

‘அது ஏன், எந்த பேருந்து நிலையத்தில் கேட்டாலும் இஞ்சி முரப்பா விற்பவர்களின் குரல் கரகரப்பாகவே இருக்கிறது?’ என்று ஆச்சர்யப்பட்டுப் போவேன்.

பேருந்தில் ஏறியதும் அருகில் இருப்பவரிடம் கல்யாணம் மாமா தன்னை அறிமுகப்படுத்திக் கொண்டு, கல்யாணத்திற்கு தயாராக இருக்கும் அவர்கள் வீட்டுப் பெண்கள், பிள்ளைகள் பற்றி விசாரிக்கத் தொடங்கி விடுவார். அவருடன் செல்லும் ‘பெண் பார்க்கும் படலம்’ இன்னும் அதகளமாக இருக்கும்.

“பையன் பேங்க்குல மேனேஜரா இருக்கான்!” என்பார்.

“மாமா, தப்பா சொல்றீங்க! சித்தப்பா கிளார்க் வேலைதான் செய்யுது. அதுவும் இன்னும் கன்ஃபார்ம் ஆகலை” என்று நான் அவர் காதில் ரகசியமாகச் சொல்வேன்.

“வுட்ரா. பொண்ணுகூட எட்டாவது வரைக்கும்தான் படிச்சிருக்கு. உங்க சித்தப்பாகிட்ட ‘காலேஜ் முடிச்சிடுச்சு’ன்னு சொல்லலையா? கொஞ்சம் அப்பிடி இப்பிடித்தான் இருக்கும். எல்லாம் கல்யாணம் ஆனா அட்ஜெஸ்ட் பண்ணிப்பாங்க!” என்பார்.

மாமாவின் உளவியல் எனக்கு ஆச்சர்யமாக இருக்கும். நானறிந்து மாமா நடத்திவைத்த கல்யாணங்கள் என்றும் சண்டையில் முடிந்ததில்லை.

பால்யத்தில் மாமாவை அப்படிக் கொண்டாடினோம். ‘மருதமலை மாமணியே முருகய்யா’ என்று ஸ்பீக்கர் கட்டி அழைத்து, மணல் கொட்டி வைத்த தரையில் அமர வைத்து, கருப்பு வெள்ளை படம் காட்டும் சீதாலட்சுமி டாக்கீஸுக்கு மாமாவுடன் போவது அலாதியான அனுபவம். வீட்டில் தேடி எடுத்து ஒரு கோணியை தன் பையில் போட்டு எடுத்து வருவார். கோணியை மண் தரையில் விரித்து அதன் மேல் அமரச் சொல்வார். “நிறைய பேரு வெத்தலப் பாக்கு எச்சிலை துப்பி வெச்சிருப்பாங்க. அதனாலதான் இந்தக் கோணி” என்பார்.

இடைவேளையில், நிறைய பேர் வேட்டிக்குப் பின்புறம் சிவப்புக் கறையுடன் எழுகையில் மாமாவின் அறிவை வியப்போம்.

மழைக்காலங்களில் வேகவதி ஆற்றில் மீன்பிடிக்கக் கூட்டிச் செல்வார். முட்டியளவு தண்ணீரில் நின்று வேட்டியை

விரித்து மீன் பிடிப்போம். சின்னச் சின்ன மீன்களுக்கும், தலைப்பிரட்டை எனப்படும் தவளைக் குஞ்சுகளுக்கும் வித்தியாசம் காட்டுவார். பின்பு, பிடித்த மீன்களை ஒவ்வொன்றாக எடுத்து ஆற்றிலேயே விட்டுவிடுவார். "ஓடுற மீனை நிறுத்தக்கூடாது. அதும் போக்கிலேயே விட்டுடணும்" என்பார்.

ஏனோ அப்போது அவர் கண்கள் கலங்கி இருக்கும்.

கல்யாணம் மாமாவின் கிராமம் வருகிற வரை, என் நினைவுகள் அவரைச் சுற்றியே வட்டமடித்துக் கொண்டிருந்தன. மாமாவைக் கடைசியாகப் பார்த்தது என் திருமணத்துக்கு முன்பு. எனக்காக நாலைந்து இடங்களில் பெண் பார்த்தார். பின்பு அவரே அந்த இடங்களை வேண்டாம் என்று நிராகரித்தார். அம்மாவைப் பெற்ற ஆயா பார்த்த பெண்ணை நான் திருமணம் செய்துகொண்டேன். கல்யாணம் மாமா என் திருமணத்திற்கு வரவில்லை. அன்று ஊரில் இல்லையா... அல்லது, என் மீது வருத்தமா... தெரியவில்லை.

எல்லா சாவு வீடுகளையும் போலவே மாமாவை ஒரு பெஞ்சில் படுக்க வைத்து குளிப்பாட்டிக்கொண்டிருந்தார்கள். ஷாமியானா பந்தல் போட்டு, பிளாஸ்டிக் நாற்காலிகளில் உறவினர்கள் அமர்ந்து கதைகள் பேசிக்கொண்டிருந்தார்கள். மாமாவின் காலடியில் ரோஜா மாலையை வைத்துவிட்டு ஒரு நாற்காலியில் அமர்ந்தேன். ஹார்ட் அட்டாக்காம். உறக்கத்திலேயே உயிர் பிரிந்திருக்க வேண்டும். மாமாவின் முகம் புன்னகைத்த மாதிரி இருந்தது.

அருகில் இருந்த வயதான உறவினரிடம் கேட்டேன், "துக்கம் விசாரிக்கணும். மாமாவோட பசங்க எங்க இருக்காங்க?"

அவர் சொன்னார்...

"ஊர் ஊரா திரியுற நாடோடிக்கு எவன் பொண்ணு கொடுப்பான்..? கடைசி வரை அவனுக்குக் கல்யாணமே ஆகலை!"

தம்பி விடு தூது!

'மேல் இமைகளில் நீ இருக்கிறாய்!
கீழ் இமைகளில் நான் இருக்கிறேன்!
இந்தக் கண்கள்
தூங்கிவிட்டால் என்ன?'

- கவிஞர் அறிவுமதி

இது ஒரு சரித்திரக் கதை. சரித்திரம் என்றவுடன் வெண் கொற்றக் குடை, புரவி பூட்டிய ரதங்கள், வெட்டியபடி முன்னேறும் வாள்கள், தடுத்தாட்கொள்ளும் கேடயங்கள் என பற்பல கற்பனைகள் உங்கள் மனதில் விரியலாம்.

இந்தக் கதையின் சரித்திரக் காலம், 1980களின் மத்தியப் பகுதியில்! 'முப்பது வருடத்திற்கு முன்பு நடந்தது எல்லாம் சரித்திரம் ஆகுமா?' என்றால் ஆகும்.

சரித்திரம் என்பது காலத்தின் தொலைநோக்குக் கருவியைப் பின்னோக்கித் திருப்பி தொலைதூரத்தில் புள்ளியாகத் தெரியும் சாம்பல் மேடுகளை உற்றுப் பார்ப்பது மட்டுமல்ல; நேற்றின் இலை, இன்றில் உதிர்வதை, நாளையில் நின்று பார்க்கையில் நேற்றும் இன்றும்கூட சரித்திரமாகின்றன!

எல்லாக் கதைகளையும் போலவே முன்பொரு காலத்தில் என்றே இந்தக் கதையையும் தொடங்க விரும்புகிறேன்.

ஆகவே... முன்பொரு காலத்தில், காஞ்சிபுரி என்றொரு நகரம் இருந்து வந்தது. ஊர் என்றால் அதற்கொரு மன்னன், மந்திரிகள், அந்தப்புரத்து அழகிகள் இருக்கத்தான் செய்வார்கள்.

அவர்கள் இந்தக் கதைக்கு முக்கியமல்ல. இது அந்த ஊரில் வாழ்ந்த எளிமையான ஒரு ஆணும் பெண்ணும் காதலித்த கதை!

சரித்திரத்தில் மன்னர்கள் மட்டும்தான் காதலிப்பார்களா? சாமான்யர்கள் காதலிக்கக் கூடாதா? ஒரு பூ தனக்குள் கடவுளின் வாசனையை உணர்கிறபோது... ஒரு விண்மீன் ஒளிகூடி தன் இருப்பை வெளிக்காட்டுகிறபோது... ஒரு நதி தன் மேல் விழுகிற நிலவின் பிம்பத்தை உணர்ந்து தொடுகிறபோது... ஒரு மலை மீண்டும் தன் ஆதிப் பெரும் மௌனத்திற்குத் திரும்புகிறபோது... ஒரு ஆணும் பெண்ணும் காதலிக்கத் தொடங்குகிறார்கள். பரிமளா அக்காவும், சண்முகம் மாமாவும் காதலிக்கத் தொடங்கியது அப்படிப்பட்ட ஒரு பொற்கணத்தில்தான்!

இந்தக் கதையின் நாயகியான பரிமளா அக்காவை எனக்கு சிறு வயதிலிருந்தே தெரியும். ஒரே தெரு, ஒரே விளையாட்டு, ஒரே சினிமா ரசனை என எங்களுக்கிடையே ஏகப்பட்ட 'ஒரே'க்கள்! பரிமளா அக்கா பிளஸ் டூ அரசாங்கப் பொதுத் தேர்வுக்கும், நான் பத்தாம் வகுப்பு பொதுத் தேர்வுக்கும் தீவிரமாகப் படிக்கவேண்டிய காலகட்டத்தில் இந்தக் கதை நடந்தது.

பரிமளா அக்கா வீட்டிலும், சிலசமயம், எங்கள் வீட்டிலும் பாடப் புத்தகங்களுடன் தீவிரமாகப் படிப்பதற்கு உட்காருவோம். என்றாலும் எந்த க்ரூப் ஸ்டடீஸில் யார் படித்தார்கள்? தான் பார்த்த திரைப்படங்களின் கதைகளை சண்டைக்காட்சி சிறப்பு சத்தங்கள் உட்பட நடித்துக் காட்டி பரிமளா அக்கா விவரிக்கும். நான் பக்கத்து ஊரில் நடந்த கபடிப் போட்டியின் சுவாரசியங்களை கற்பனை கலந்து சொல்வேன். படிப்பதற்காகக் கொண்டுவந்த புத்தகங்கள் காற்றில் ஆடியபடி எங்கள் உரையாடலைக் கேட்டுக்கொண்டிருக்கும்.

அக்கா தங்கைகளுடன் பிறக்காததால், பரிமளா அக்கா என்றால் எனக்குக் கொள்ளைப் பிரியம். பரிமளா அக்காவும் வீட்டில் ஒரே பெண் என்பதால் என் மீது 'தம்பி... தம்பி...' என்று பாசமழை பொழியும். எனக்கு முதன்முதலில் சதுரங்கம் ஆடக் கற்றுக்கொடுத்தது பரிமளா அக்காதான். ஐந்தே நிமிடத்தில் என் 'ராஜா'வுக்கு அக்கா 'செக்' வைத்தபோது, சதுரங்கப் பலகையில் ராணிகளுக்கு இருக்கும் அதிகாரத்தை அறிந்துகொண்டேன்.

நினைவோ ஒரு பறவை ❖ 47

அந்தக் காலகட்டத்தில், நான் பரிமளா அக்காவுக்கு அவர்கள் பெற்றோர்களால் அங்கீகரிக்கப்பட்ட மெய்க் காவலனாக இருந்தேன். அதற்கு முன்பு நீங்கள் பரிமளா அக்காவின் அழகை அறிந்துகொள்ள வேண்டும். மார்கழியின் அதிகாலைகளில் தெருவடைத்த கோலம் போட்டு அதன் மத்தியில் பூசணிப் பூக்களை வைக்கையில் நீங்கள் பரிமளா அக்காவைப் பார்த்ததுண்டா? அந்தக் கணத்தில் அவளை நீங்கள் காதலிக்கத் தொடங்குவீர்கள்! பட்டுப் பாவாடையும், தாவணியும் அணிந்து அம்மன் கோயில் பிராகாரத்தில் தன் முன் நீட்டப்படும் கற்பூரத் தட்டின் தீப ஒளியில் அவள் கைகுவித்து வணங்குவதை நீங்கள் மீண்டும் பார்த்ததுண்டா? உண்டு என்றால் நீங்கள் பைத்தியமாகி விடுவீர்கள். மானுடக் கண்களால் மதிப்பிட முடியாத தெய்வீக அழகு அது.

பரிமளா அக்கா நகர்வலம் வந்தால், நகரமும் அவள் பின் வலம் வரத்தொடங்கும். 'எப்படியாவது அவள் கூந்தலின் சரிவில் என்னைக் குடியேற்றி விடு' என செடிகளின் பூக்கள் காற்றிடம் கெஞ்சும். சூரியன் தன் வெம்மையைக் குறைத்துக்கொண்டு பரிமளா அக்காவைப் பார்த்து மஞ்சள் புன்னகை வீசும். மேகங்கள் பொறாமை கொண்டு மஞ்சள் சூரியனை மறைத்து மழையாக மண்ணில் குதித்து அக்காவைத் தொட்டுப்பார்க்கும்.

இது சரித்திரக் கதை என்பதால் கொஞ்சம் காவிய நடையில்தான் அக்காவை வர்ணிக்க வேண்டியிருக்கிறது!

அழகான அக்காக்களின் தம்பிகளாக இருப்பதன் கஷ்டம் தம்பிகளுக்குத்தான் தெரியும். தினம் தினம் பன்முனைத் தாக்குதல்களை நான் எதிர் கொண்டிருந்தேன்.

பெரும்பாலும் "இத உங்க அக்காகிட்ட கொடுத்துடு" என்று வழிந்தபடி நீட்டப்படும் காதல் கடிதங்கள். அந்த சேவைக்கெல்லாம் நான் சுங்கவரி வசூலித்திருந்தால், காஞ்சிபுரியின் கால்வாசி பகுதிக்கு அதிபதியாகி இருப்பேன்.

"இத அவன் கொடுத்தானா? அப்ப அந்த லெட்டரு?" என்று அந்த கடிதங்களைப் படித்து சிரித்துவிட்டு அக்கா கிழித்துப் போடும். 'ஒருவேளை அக்கா அந்தக் கடிதங்களை உள்ளூர ரசிக்கிறதோ!' என்று எனக்குத் தோன்றும்.

தேர்த் திருவிழா, திரையரங்கம், கோயில் என்று எங்கும் அக்காவின் மெய்க்காவலனாய் நிழல்போல நான் தொடர்ந்தாலும், ஒரு வைகாசி மாதம் பதினாலாம் தேதி அந்த சரித்திர சம்பவம் நடந்தது. அக்கா என்னை அழைத்து கையில் ஒரு கடிதத்தைக் கொடுத்து, "இந்த லெட்டரை காந்தி ரோடு 'இந்தியன் காபி ஹவுஸ்' வாசல்ல செவப்பு சட்டை போட்டுக்கிட்டு சண்முகம்னு ஒருத்தர் நிப்பாரு, அவர்கிட்ட கொடுத்துடு, யார்கிட்டயும் சொல்லாத!" என்றபோது நான் திகைத்துப் போனேன். அக்காவுக்குத்தான் கடிதங்கள் வரும். அக்கா முதன்முறை கடிதம் தருகிறது. மெய்க்காவலனுக்கு தெரியாமல் எப்படி இந்தக் களவு நடந்தது?

காந்தி ரோட்டுக்குச் செல்லும் வழியில் ரகசியமாக அந்தக் கடிதத்தைப் பிரித்துப் படித்தேன். இன்னொருவரின் கடிதத்தைப் படிக்கிறோமே என்று மனசு படபடத்தது. 'இன்னிக்கு வர முடியாது. நாளைக்கு சாயங்காலம் ஆறு மணிக்கு பெருமாள் கோயில்ல பார்க்கலாம். அரை மணி நேரம்தான் பேச முடியும். மற்றவை நேரில்' என கோணலான கையெழுத்தில்... கீழே 'ஆயிரம் முத்தங்களுடன் பரிமளா'.

பரிமளா அக்கா யாருக்கு அந்த ஆயிரம் முத்தங்களைத் தர விரும்புகிறாள் என்று வேக வேகமாக இந்தியன் காபி ஹவுஸை அடைந்தேன். ஒல்லியாக, கண்ணாடி அணிந்து, முகத்தில் அம்மைத் தழும்புகளுடன் சண்முகம் மாமா நின்றிருந்தார். அரசாங்க வேலையில் இருக்கிறாராம். சிரிக்கச் சிரிக்கப் பேசுவாராம். சிரிக்கும்போது கன்னத்தில் குழி விழுமாம். பின்னாட்களில் சண்முகம் மாமாவைப் பற்றி பரிமளா அக்கா கண்கள் விரிய விவரிக்கையில் நான் மனதிற்குள் நினைத்துக் கொள்வேன். 'காதலுக்கு கண் இல்லையென்று யார் சொன்னது? நிச்சயம் கண் இருக்கிறது. காதலியின் கண்களால் பார்க்கையில் எந்த ஆணுமே அழகுதான்!'

அலைபேசிகளும் மின்னஞ்சல்களும் இல்லாத அந்தக் காலகட்டத்தில், அதற்குப் பிறகும் ஐந்தாண்டுகள் அவர்களின் காதலுக்கு நான் தூதுவனாக இருந்தேன். 'மெய்க்காவலன் தூதுவனாக மாறிய ரகசியம் பரிமளா அக்காவின் வீட்டுக்குத் தெரிந்தால் என்ன ஆகும்?' என்று உறக்கம் தொலைத்த நாட்கள் அவை.

நான் மேற்படிப்புக்காக சென்னாபுரிக்கு வந்த கால கட்டத்தில் பரிமளா அக்காவின் காதல் இருவர் வீட்டுக்கும் தெரிந்து, பரஸ்பர சண்டைகளுக்குப் பிறகு சமாதானமானார்கள். ஒரு தை மாதம், ஞாயிற்றுக்கிழமை காலையில் நடந்த அவர்கள் திருமணத்துக்கு, அழகான 'கப் அண்ட் சாஸர்' பரிசளித்துவிட்டு சென்னாபுரி திரும்பினேன்.

திருமணத்துக்குப் பின் சண்முகம் மாமாவுக்கு மாற்றலாகி, அவர்கள் கலிங்க நாட்டின் ஒடிஷாவில் இருக்கும் புவனேஸ்வருக்குக் குடிபெயர்ந்தார்கள்.

அவ்வப்போது பரிமளா அக்கா தொலைபேசியில் நலம் விசாரிக்கும். சில ஆண்டுகளுக்கு முன்பு சார்க் நாடுகள் இணைந்து நடத்தும் இளங்கவிஞர்கள் கவிதை வாசிப்பு விழாவில் கலந்துகொள்ள தமிழ்நாட்டின் சார்பில் நான் தேர்ந்தெடுக்கப்பட்டேன். ஒடிஷாவின் புவனேஸ்வரில் அந்த விழா நடந்தது. நான் வருவதை அறிந்து பரிமளா அக்கா தன் வீட்டுக்குச் சாப்பிட அழைத்தது. விழா முடிந்து ஒரு கார்த்திகை மாத, மாலை நேரத்தில் அவர்கள் முகவரி விசாரித்து வீட்டுக்குச் சென்றேன்.

பரிமளா அக்கா மற்றும் சண்முகம் மாமாவுடன் வரவேற்பறையில் அமர்ந்து பழைய காலங்களைப் பற்றி பேசிக்கொண்டிருந்தேன். அவர்களின் பிள்ளைகள் இருவரும் உரையாடலைத் தவிர்த்து வீடியோ கேம்ஸ் விளையாடிக் கொண்டிருந்தார்கள்.

"எவ்ளோ லெட்டர்ஸ் எழுதினீங்க? அதை எல்லாம் வெச்சிருக்கியா அக்கா?" என்றேன்.

"ஆமா... பக்கம் பக்கமா லூசு மாதிரி எழுதி இருந்தாரு. எங்க இருக்கோ தெரியல!" என்றது அக்கா.

"அடிப்பாவி! நீ மட்டும் என்னவாம்? ஒவ்வொரு லெட்டர்லயும் 'ஒடம்ப பார்த்துக்கங்க'ன்னு எழுதுவ. இப்ப உன் ஒடம்ப மட்டும் பார்த்துக்கற!" என்று மாமா சொன்னதும் நான் பரிமளா அக்காவை நிமிர்ந்து பார்த்தேன். பீப்பாய் போல பெருத்துப் போயிருந்தது. மாமாவைப் பக்கத்தில் நிற்க வைத்தால் தண்ணீர் ஜாடியைப்போல் தனியாகத் தெரிவார்.

இரவு உணவு முடிந்து விடைபெறுகையில் இருவரிடமும் தயங்கித் தயங்கிச் சொன்னேன்...

"அக்கா, மாமா, ரெண்டு பேரும் முதல்ல என்னை மன்னிக்கணும். எவ்வளவு நம்பிக்கையா உங்க காதல் கடிதங்களை எங்கிட்ட கொடுத்தீங்க? ஆனா, நான் அதைப் பிரிச்சு படிச்சிட்டு மறுபடி ஒட்ட வெச்சிதான் உங்ககிட்ட கொடுத்தேன்!" என்றேன்.

"தெரியும்டா! இதுக்கு எதுக்கு மன்னிப்பு?" என்றார் மாமா.

"எப்படித் தெரியும் மாமா?" என்றேன் ஆர்வத்துடன்.

அக்கா செல்லமாக என் தலையில் குட்டி, "ஏண்டா லூசு... எங்க லவ் லெட்டரை படிச்சே, சரி. உன்னை அறியாம உனக்குள்ள இருந்த கவிஞனை ஏன் வெளியே கௌப்பிவிட்ட? 'க்'கன்னா, 'த்'தன்னான்னு நீ பிழை திருத்தறதுக்கு எங்க லவ் லெட்டர்தான் கெடைச்சுதா?" என்று சொன்னதும் நான் என் அறியாமையை நினைத்துக்கொண்டேன்.

எந்தப் புத்தகம் படித்தாலும் கையில் ஒரு பேனாவைப் பிடித்தபடி படித்துக்கொண்டே எழுத்துப் பிழைகளைத் திருத்துவது என் தந்தையின் வழக்கம். தமிழாசிரியரின் பிள்ளையான நான் வேறு என்ன செய்வேன்?! இன்றுவரை இந்தப் பழக்கம் என்னிடமும் தொடர்கிறது.

"இல்லக்கா. இது சரித்திரக் கதை இல்லையா... வரலாற்றுப் பிழை ஏற்படக்கூடாதுன்னு திருத்தி இருப்பேன்!" என்றேன் நான், சிரிக்காமல்.

"ஆமாம்... பெரிய சரித்திரக் கதை! ஆனா ஒண்ணு... 'கதலில்' தொடங்கிய எங்க உறவை கால் போட்டு 'காதல்ல' முடிச்சது நீதாண்டா" என்றது அக்கா, சிரித்தபடி.

நகர் நீங்கும் படலம்

'நீ, என் சொந்த ஊருக்குச் செல்லும் பாதைபோல் இனிமையானவள்!'

- எழுத்தாளர் பா.செயப்பிரகாசம்

அதிகாலையின் முதல் குரலாய் தொலைபேசியில் அத்தை அழைத்தது.

"ஆயாவுக்கு உடம்புக்கு ரொம்ப முடியலை. உன்னைப் பார்க்கணும்னு சொல்லுது, உடனே கிளம்பி வா!"

"சரி, பத்து மணிக்கு வர்றேன்!" என்றேன்.

பக்கத்தில் உறங்கிக்கொண்டிருந்த மனைவியை எழுப்பி விஷயத்தைச் சொன்னதும் மகன் விழித்துக்கொண்டான்.

"ஊருக்குப் போறீங்களாப்பா? நானும் வர்றேன்" என்று அவன் சொல்ல, "டேய்! உனக்கு இன்னிக்கு ஸ்கூல் இருக்கு. லீவுல போய்ட்டு வா" என்றாள் மனைவி.

"நானும் பாட்டியைப் பார்க்கணும்" என்று மகன் அழத் தொடங்க, "விடுடீ... மூணாவதுதானே படிக்கிறான். ஒரு நாள் லீவு போட்டா என்ன? பெருசா டாக்டருக்கு படிக்கிறா மாதிரி அலட்டறே!" என்றேன்.

மனைவி என்னை முறைத்தபடி, "உங்க சொந்தக்காரங்க வீட்டுக்குன்னா 'மூணாவதுதானே படிக்கிறான்'னு சொல்வீங்க... எங்க வீட்டு விசேஷம்னா 'அவனுக்கு எக்ஸாம் இருக்கு, கூட்டிட்டுப் போகாதே'ன்னு கடுப்படிப்பீங்க!" என்றாள்.

மகன் 'இன்றைக்கு ஸ்கூலா? லீவா?' என்று தீர்மானிக்க முடியாமல் எங்களை வேடிக்கை பார்த்துக்கொண்டிருந்தான்.

“சரி... சரி... குளிச்சிட்டு கௌம்புங்க. நானும் வர்றேன்! அவனைக் கெடுக்கறது நீங்கதாங்க!” என்றாள் மனைவி. மகன் என் கழுத்தை இறுக்கிக் கட்டிக்கொண்டான்.

‘ஊருக்குப் போகிறோம் என்பதை நினைக்கும்போதே மனதிற்குள் இனம்புரியாத ஒரு மகிழ்ச்சியும், பதற்றமும் தொற்றிக்கொண்டது. உண்மையில் ஊருக்குச் செல்வது என்பது ஊருக்குச் செல்வது மட்டும்தானா? அது நாம் வளர்ந்த கர்ப்பப்பையில் மீண்டும் சென்று ஒருக்களித்துப் படுக்கும் சுகம் அல்லவா?

ஒவ்வொரு முறையும் நெடுநாட்கள் கழித்து நாம் சொந்த ஊருக்குச் செல்லும்போதெல்லாம், சின்னதாகிப்போன பால்ய வயதின் சட்டைக்குள் வளர்ந்த உடலுடன் நுழைகிறோம். பொருள், வயிறு பிரிவுக்கு முன்பு ஒவ்வொரு அணுவும் பரிச்சயமாயிருந்த நம் சொந்த வீடு, சற்றே அந்நியமாகி, தங்கும் விடுதிபோல திகிலூட்டுகிறது. கொஞ்சம் உப்பும், பாசமும், தூக்கலான சாப்பாட்டு ருசி மட்டும் ‘இது நம் வீடுதான்’ என்கிற ஆறுதல் தருகிறது.

சிற்றிலாடிய வயல்வெளிகள் பன்னாட்டுத் தொழிற் சாலைகளின் புகைபோக்கிகளுக்குக் கீழே புதைந்து கிடக்க... மிக சகஜமாய்த் தென்படும் புதிய புதிய முகங்கள், பூர்வீக வீட்டை விற்றுவிட்ட பழைய நண்பர்களைப் பற்றி விசாரிக்க வைக்கின்றன. சம்சாரிகளாகிவிட்ட சிநேகிதர்கள், “எப்படா வந்தே?” என வழிமறித்துக் கேட்கிறார்கள். பதில் சொல்வதற்கு முன்பே, “என்னிக்குப் போற?” என அடுத்த கேள்வி வருகிறது.

ஒவ்வொரு முறை ஊருக்கு வந்துபோகும்போது, நெருங்கிய ஒருவரின் மரணம் பற்றிய செய்தியும், தொடர்புகொண்டு தெரிவிக்க முடியாமைக்கான வருத்தமும், யார் வீட்டுத் திண்ணையிலேயோ ஒரு கண்ணீர்த்துளியைப்போல் அமர்ந்து இருக்கிறது.

உலகமெங்கும் மனிதர்கள் நத்தைகளைப்போல் தங்கள் சொந்த ஊரின் நினைவுகளை முதுகில் சுமந்தபடி அலைந்து கொண்டிருக்கிறார்கள்.

இது தொடர்பாக எப்போதோ படித்த ஒரு சம்பவம் நினைவுக்கு வருகிறது. அர்ஜென்டினாவின் புகழ்பெற்ற எழுத்தாளர் வில்லியம் ஹென்றி ஹட்சன், லண்டனில் தங்கி யிருந்தபோது காலை நடைப்பயிற்சிக்காக மாநகரின் வீதிகளில்

நடந்துகொண்டிருக்கிறார். குறிப்பிட்ட ஒரு வீட்டைக் கடக்கையில், அவருக்கு மிகவும் பரிச்சயமான ஒரு பறவையின் குரலைக் கேட்கிறார். அந்த வீட்டின் அழைப்பு மணியை அழுத்த, ஒரு இளம்பெண் கதவைத் திறக்கிறாள்.

ஹட்சன், அவளிடம் வீட்டுத்தோட்டத்தில் கூண்டில் வைத்திருந்த பறவையைக் காட்டி, "இது அர்ஜென்டினாவைச் சேர்ந்த பறவைதானே?" என்று கேட்கிறார்.

அதற்கு அவள் ஆச்சர்யத்துடன், "ஆமாம், நாங்கள் அர்ஜென்டினாவின் பியூனஸ் அயர்ஸ் நகரிலிருந்து வருகிறோம். எப்படி அடையாளம் கண்டுபிடித்தீர்கள்?" என்று கேட்க, ஹட்சன் புன்னகையுடன், "நம் ஊர்ப் பறவையின் குரலை நமக்குத் தெரியாதா?" என்று சொல்கிறார்.

அன்று, ஹட்சன் கேட்டது அந்தப் பறவையின் குரலை மட்டுமா? அவரது பால்யத்தின் குரலை; கனவுகளின் குரலை; கடந்தகாலத்தின் குரலை; அவருக்குள் இருக்கும் ஊரின் குரலை!

என் ஊரின் குரலைக் கேட்க, சிற்றுண்டி முடித்துக் கிளம்பினேன். வண்டியில் ஏறியதும் மனைவி சொன்னாள், "படப்பை வரும்போது என்னை எழுப்புங்க. பழம், பூ எல்லாம் வாங்கணும்." சொன்ன அடுத்த நொடி காரின் கதவில் சாய்ந்து உறங்கிப் போனாள்.

'எப்படி இந்தப் பெண்கள் மட்டும் படுத்த சில நொடிகளில் உறங்கி விடுகிறார்கள்' என்று நினைத்துக் கொண்டேன். கந்தர்வன் எழுதிய கவிதை ஞாபகம் வந்தது. 'நாளும் கிழமையும் நலிந்தோர்க்கில்லை! ஞாயிற்றுக்கிழமையும் பெண்களுக்கில்லை!' கூடவே கண்ணதாசனின் பாடல் வரிகளும்... 'காலமிது காலமிது, கண்ணுறங்கு மகளே! காலமிதைத் தவறவிட்டால் தூக்கமில்லை மகளே!'

வீடியோ கேம்ஸ், தொலைக்காட்சி என எதுவும் இல்லாத இத்தகைய பயணங்களில்தான் மகன் தன் மனதை என்னிடம் முழுக்கத் திறந்து காட்டுவான்.

"அப்பா, உங்க ஊரைப் பத்தி சொல்லுங்க!" என்று நூற்றிப் பத்தாவது முறையாக மகன் கேட்க... நான் தன் முயற்சியில் சற்றும் மனம் தளராத விக்ரமாதித்யன் ஆகி சொல்லத் தொடங்கினேன்.

பெருமாள் கோயில் மதில் சுவரை ஸ்டம்ப் ஆக்கி கிரிக்கெட் ஆடியது... பொன்வண்டுகள் பிடித்து அவை இடும் மஞ்சள் முட்டைகளைப் பார்த்துப் பரவசப்பட்டது... சாம்பாரின் சுவையில் மெது வடையை மூழ்கடித்தது... அப்பாவுடன் சைக்கிளில் சென்று சங்கம் தியேட்டரில் தண்டவாளத்தில் கை வைத்துப் படுக்கும் 'சூப்பர்மேன்' படம் பார்த்து அகாலத்தில் வீடு திரும்பியது... புராதன கோயில்களையும் சிற்பங்களையும் ரசிக்க வரும் வெள்ளைக்காரர்களிடம், "Pen Please" என்று கேட்டு அவர்கள் தரும் சாக்லெட்டுகளை ருசித்தது...

நான் ஒவ்வொன்றாகச் சொல்லச் சொல்ல, என் மகன், கண்கள் விரிய கேட்டுக்கொண்டிருந்தான். அப்பனும் பிள்ளையும் கால ஊஞ்சலில், அடிவயிற்றுப் பரவசத்துடன் முன்னும் பின்னுமாக ஆடிக்கொண்டிருந்தோம்.

படப்பை வந்ததும் மனைவியை எழுப்பினேன். பழங்கள், பூச்சரம், இனிப்புகள் வாங்கிக்கொண்டு வந்தாள். வாங்கி வந்த பூச்சரத்திலிருந்து பத்து முழப் பூவை தனியாகக் கத்தரித்து கூந்தலில் வைத்துக் கொண்டாள்.

"ஏன்டீ... இது என்ன பூவா? பூக்கடையா? எதுக்கு இவ்வளவு பூ வெக்கிற?" என்றேன்.

"உங்களுக்குத் தெரியாது. ஆயா போன தடவை என்ன கேட்டுச்சு தெரியுமா?"

"என்ன கேட்டுச்சு?"

"ஒரு மொழம் பூ மட்டும் வெச்சிட்டுப் போனேன். 'ஏம்மா, என் புருஷன் மாசம் பத்து ரூபா சம்பாதிக்கும்போதே நான் ஒரு ரூபாய்க்கு பூ வாங்கி தலையில வெச்சுப்பேன். உன் புருஷன் கை நெறைய சம்பாதிக்கிறான்... ஒரு பத்து மொழம் பூ வாங்கி வெச்சா என்ன?'ன்னு கேட்டுச்சு!"

நான் மௌனமானேன்.

"இது பரவால்லைங்க! உங்க அம்மா பீரோ நெறைய புடவை வெச்சிருப்பாங்களாம். ஆனா பழைய சேலைதான் எப்பவும் கட்டுவாங்களாம். ஆயா ஒரு முறை கேட்டதுக்கு 'இந்தக் கிராமத்துக்கு இது போதும்'னு சொன்னாங்களாம்! 'உங்க மாமியார் மாதிரியே இருக்கியே? உங்கிட்ட பட்டுச் சேலையே இல்லையா?'ன்னு கேட்டாங்க" என்று மனைவி சொல்ல நான், "உம்" என்றேன்.

அந்த 'உம்'மை என் மனைவி கெட்டியாகப் பிடித்துக் கொண்டாள்.

"உங்க ஆயாவோட கிண்டலும், கேலியும்தாங்க உங்களுக்கும் அப்படியே வந்திருக்கு. எதுக்கெடுத்தாலும் குறை சொல்றது. இப்ப உங்க புள்ளையும் உங்களை மாதிரியே குறை சொல்றான். அதே ரத்தம். நேத்து நான் சுட்ட இட்லியைப் பார்த்துட்டு என்ன சொன்னான் தெரியுமா?"

"என்ன சொன்னான்?"

"இட்லிக்கு எதுக்கும்மா ஹெல்மெட் போட்டே? இப்படி கல்லு மாதிரி இருந்தா அதுக்கு வலிக்காதான்னு கேட்கிறான்..."

என் மகனைக் கட்டிப்பிடித்துக்கொண்டேன். "ரொம்பதான் பெருமை போங்க" என்று மனைவி அலுத்துக்கொண்டாள். கொஞ்சநேரம் கழித்து, "இப்ப பழம் வாங்கிட்டுப் போறோம். இதுக்கு ஆயா என்ன சொல்லும் தெரியுமா?" என்று மனைவி என் மேல் தூண்டிலை வீச, நான் காது கேட்காதவன்போல் வெளியே வேடிக்கை பார்த்தேன். "கொஞ்சம் இப்படித் திரும்புங்க" என்று மனைவி மீண்டும் களத்தில் இறங்கி தாக்கத்தொடங்கினாள்.

"ஏம்மா, மாம்பழம் எதுக்கு வாங்குன? சூடும்மா. திராட்சையா, அது ரொம்ப குளிர்ச்சி. ஆப்பிள்ல இப்பல்லாம் மெழுகு தடவுறான். சீதாப்பழம் சாப்பிட்டா ஜுரம் வரும். சாத்துக்குடி சீதளம். வேற என்னங்க நான் வாங்குறது? ஒரு தடவை வாழைப்பழம் மட்டும் வாங்கிட்டுப் போனேன். அதுக்கு என்ன சொன்னாங்க தெரியுமா?"

"என்ன சொன்னாங்க?" என்றேன் ஆர்வத்துடன்.

"ஏம்மா... காஞ்சிபுரத்துல இது கெடைக்காதுன்னா மெட்ராஸ்ல இருந்து வாங்கிட்டு வர்றேன்னு கேட்டாங்க!"

நான் உறக்கம் வந்ததைப்போல் நடிக்க ஆரம்பித்தேன்.

என் அப்பாவைப் பெற்ற ஆயாவைப் பற்றி 'கறிச்சுவை' என்ற தலைப்பில் எழுதியிருந்தேனே... அந்த ஆயாவைப் பற்றித்தான் சொல்லிக்கொண்டிருக்கிறேன். ஆயாவுக்கு 98 வயதாகிறது. அந்தக் காலத்து உடம்பு. இன்றும் கண் தெரிகிறது, காது கேட்கிறது, பற்களும் சொற்களும் உறுதியாக இருக்கின்றன. சென்னையில் வந்து தங்கி விடு என்று ஒருமுறை

அழைத்து வந்தேன். அட்டாச்டு பாத்ரூமில் இருந்த வெஸ்டர்ன் டாய்லெட்டைப் பார்த்ததும் முகம் வெளிறிப் போய்,

"வீட்டுக்கு உள்ளேயேவா இதெல்லாம் இருக்கும்? எனக்கு இது சரிப்படாது. காஞ்சிபுரத்திலேயே உட்டுடு" என்று ஊருக்குத் திரும்பி விட்டது.

எதிர் வீட்டில் குடியிருக்கும் அத்தைதான் ஆயாவுக்கு சமைத்துப்போடும். மாதா மாதம் சென்று நலம் விசாரித்து இருவருக்கும் செலவுக்கு பணம் கொடுத்துவிட்டு வருவேன். என் மனைவியைவிட ஆயாவைப் பற்றி அத்தை சொல்லும் குறைகள் ஆயிரம் மடங்கு இருக்கும். "எந்தக் காய்கறியை சமைச்சாலும் ஒடம்புக்கு ஒத்துக்காதுன்னு சொல்லுதுப்பா! என்னதான் சமைக்கிறது?"

முதுமையில் அனைவரும் மீண்டும் குழந்தையாகிறார்கள். ஆயா என்னும் குழந்தையை மனம் கோணாமல் பராமரிப்பது என் கடமையாக இருந்தது.

ஊரை அடைந்தோம். ஆயாவைப் பார்த்ததும், "என்ன பண்ணுது உடம்புக்கு?" என்றேன்.

"ரெண்டு நாளா ஜுரம். நின்னா காலு வலிக்குது. ரொம்ப நேரம் படுத்தா முதுகு வலிக்குது" என்று ஆயா சொல்ல, "சரி, கௌம்பி வா... டாக்டர்கிட்ட போகலாம்" என்றேன்.

என் மகன், என்மீது ஏறி விளையாடிக்கொண்டிருப்பதை கவனித்த ஆயா, "டேய்! கீழ எறங்குடா... குழந்தைக்கு வலிக்காது?" என்று அதட்டியது.

மகன் பயத்துடன் பார்த்து, "இன்னாப்பா உங்களப் போயி குழந்தைன்னு சொல்றாங்க?" என்றான்.

"அவங்களுக்கு நான் எப்பவும் குழந்தைதான் ராஜா. இப்ப உனக்கு எவ்வளவு வயசானாலும் நீ எனக்கு குழந்தைதானே!" என்றேன்.

"நான் போயி பொடவை மாத்திட்டு வர்றேன்" என்று அறைக்குள் சென்ற ஆயா, அரை மணி நேரம் கழித்து வெளியே வந்தது. ஆரஞ்சு வண்ணத்தில் பட்டுப்புடவை. ஆங்காங்கே ரஸகற்பூர வாசம்.

"ஒடம்பு சரியில்லன்னு டாக்டர்கிட்ட போறோம். இப்ப இந்தப் பட்டுப்புடவை தேவையா?" என்றேன் ஆயாவிடம்.

"பாடலாசிரியர் பாட்டின்னு எல்லாரும் பார்ப்பாங்க இல்ல. அதான் தேடி எடுத்து கட்டிட்டு வந்தேன்!" என்றது ஆயா.

"உங்க தாத்தா மட்டும் சினிமால இருந்திருந்தா, ஆயா செம அட்டகாசம் பண்ணியிருக்கும்" என்றாள் மனைவி காதுக்குள்.

"வயசானவங்களுக்கு வர்ற அதே பிரச்னைதான். நீங்க பயப்படாதீங்க! நான் டேப்லெட் எழுதித் தர்றேன்" என்றார் டாக்டர் நந்தகுமாரி.

கிளினிக்கில் இருந்து திரும்பி வருகையில் ஆயா என்னிடம் சொன்னது... "ஏம்பா! நான் செத்துப்போய்ட்டா என்னைப் புதைச்சிடு, எரிக்காதே!"

"ஏன் பயப்படறே... நீ நூறு வருஷம் தாண்டி இருப்பே" என்றேன்.

"அதில்லப்பா... நான் எப்ப செத்தாலும் எரிக்காதே. பொதைச்சிடு" என்று மீண்டும் சொல்ல, "ஏன்?" என்றேன்.

"எரிச்சா உடம்பு வலிக்காதா?" என்று கேட்டது ஆயா.

"நீ செத்துப்போன பிறகு உன் உடம்பு வலிக்கிறது உனக்கெப்படி தெரியும்?" என்றேன்.

"செத்துப்போன பிறகு உடம்பு வலிக்குமா, வலிக்காதான்னு செத்துப்போனாதானே தெரியும்? அதனால்தான் சொல்றேன். என்னைப் பொதைச்சிடு... நல்லா தூங்கிடுவேன்!" என்றது ஆயா.

மூழ்கி மூழ்கி மீண்ட கதை

இத்தனைக்குப் பிறகும்
அழாமல் இருந்தோம்
அழுகை வராமல் இல்லை
ஒரு வைராக்கியம்
உங்கள் முன்னால்
அழக்கூடாது!

– கவிஞர் மனுஷ்யபுத்திரன்.

எந்த ஊரில் அடகுக்கடையைப் பார்த்தாலும் என் கைவிரல்கள் நடுங்கத்தொடங்குகின்றன. இந்த நடுக்கம் என் பால்யத்தில் ஆரம்பித்தது. சாலையில் எத்தனையோ கடைகள் இருக்க, அது எப்படி அடகுக்கடை மட்டும் என் கண்களுக்குத் தனியாகத் தட்டுப்படுகிறது என்று கை நடுங்க வியந்திருக்கிறேன்.

எங்கள் ஊரில் இருந்த அத்தனை அடகுக்கடைகளின் முகவரிகளும் சிறுவயதில் எனக்கு அத்துப்படி. இன்னும் சரியாகச் சொல்வதென்றால், எங்கள் வீட்டு முகவரி எல்லா அடகுக்கடைகளுக்கும் அத்துப்படி.

'ஓம்' என்று எழுதி, அதற்கும் கீழே பிள்ளையார் சுழி போட்டு, அப்புறமும் மூன்று கோடுகள் வரைந்து 'லாபம்' என்று எழுதப்பட்ட அடகுக்கடைகளின் சுவரில் மாட்டியிருந்த குமரன் காலண்டர் அட்டையில் தரிசனம் தந்த முருகர், இப்போதும் அடிக்கடி கனவில் வேலுடன் வந்து, அந்த நாட்களுக்குக் கூட்டிச்செல்கிறார்.

அப்பா அடகுவைத்த நகைகளைப்போலவே நானும் நினைவுகளுக்குள் மூழ்கிப் போகிறேன்.

மாதத்தின் மூன்றாவது வாரத்தில் நகைகள், பட்டுப் புடவைகள், ரேஷன் கார்டுகள்... என அடகு வைக்கக் காத்திருப்போர் வரிசையில், அப்பாவின் கைகளைப் பிடித்தபடி நின்றபோது ஆரம்பித்த நடுக்கம்தான், இப்போதும் தொடரும் நினைவுகளின் நதிமூலம்.

மாதந்தோறும் வரும் பென்ஷன் பணத்தில், அந்தக்காலத்து TNSC வங்கி விளம்பரத்தின் சிட்டுக்குருவிகளைப்போல் ஆயாவும் சிறுகச் சிறுக சேமித்து தங்கக்கம்மல் வாங்கி காதுகளை அலங்கரிக்கும். அந்தக் காதுகள் அப்பாவின் கண்களை அபகரிக்கும்.

"ஏம்மா, வாலாஜாபாத்துல ஒருத்தரு மூட்டை மூட்டையா பழைய புஸ்தகம் வெச்சிருக்காராம். மொத்தமா விக்கப் போறாராம். உன் கம்மலைக் கொடுத்தீன்னா... ஒண்ணாந்தேதி திரும்ப மீட்டுக் கொடுத்திடுவேன்" என்று அப்பா கெஞ்ச, "இது ஒண்ணுதான் தங்கம்னு வீட்ல இருக்கு. இதுக்கும் உலை வெக்குறான்" என்று அழுதபடி ஆயா கழற்றிக் கொடுக்கும்.

ஆயாவின் காதுகளில் ஈர்க்குச்சி கம்மலாகவும், அப்பாவின் கைகளில் கம்மல் காசாகவும் மாறும். இன்றைக்கும் எல்லா ஊர்களிலும் அடகுக்கடைகளின் கண்ணாடிப் பேழைக்குள் இருக்கும் கம்மல்களில் உலர்ந்துகொண்டிருக்கிறது, ப்ரியமில்லாமல் கழற்றிக் கொடுத்த ஒரு பெண்ணின் கண்ணீர்த்துளி!

விபரம் தெரிந்த வயதில், அப்பா என் கைகளில் மஞ்சள் அல்லது ரோஸ் நிற ரசீதுகளையும், பணத்தையும் கொடுத்து, "இந்த நகைங்க மூழ்கிப் போய் ரெண்டு மாசம் ஆவுது. நோட்டீஸ் வந்திருக்கு. இதை மூட்டுட்டு மறுபடியும் வெச்சி பணம் வாங்கிட்டு வா" என்று அனுப்பி வைப்பார்.

நான் உற்சாகமாக சைக்கிளை எடுத்துக்கொண்டு கிளம்புவேன். அன்றைய சிற்றுண்டிக்கும், சினிமாவிற்கும் அப்பாவிடமிருந்து பத்து ரூபாய் பயணப்படி கிடைக்கும். இப்படி தினமும் அப்பா நகைகளை அடகு வைத்தால் நிறைய சினிமா பார்க்கலாமே என்று நினைத்துக்கொள்வேன்.

இன்று யோசித்துப் பார்க்கையில், நகைகளைப் போலவே கழுத்து வரை மூழ்கியபடிதான் அப்பா எங்களைக் கரை சேர்த்திருக்கிறார் என்பது புரிகிறது.

ஒவ்வொரு கோடை விடுமுறையின்போதும் என் நண்பர்கள் அவர்களின் அத்தை, மாமா, பாட்டி அல்லது பெரியம்மா வீட்டுக்குக் கிளம்பிவிடுவார்கள். விளையாடுவதற்கு நண்பர்கள் இன்றி, நான் சென்னையில் இருக்கும் அம்மாவைப் பெற்ற ஆயா வீட்டுக்குச் செல்லும் கனவுடன் அப்பாவை நச்சரிக்கத் தொடங்குவேன்.

“அடுத்த வாரம் போலாம்...”, “நாளைக்குக் கூட்டிப் போறேன்” என்று அப்பா நாட்களை நீட்டிக்கொண்டே போவார்.

விடுமுறை முடிவதற்கு பத்து நாட்களுக்கு முன்புதான் ஒவ்வொரு வருடமும் அழைத்துப் போவார். மாமியார் வீடிருக்கும் சென்னைக்குச் செல்வதென்பது அவரது சம்பளத்துக்கு சற்று ஆடம்பரமான செலவு. இத்தனைக்கும் காஞ்சிபுரத்திலிருந்து சென்னைக்கு பேருந்துக் கட்டணம் அந்த நாட்களில் வெறும் எட்டு ரூபாய்தான். ஆனால், அப்பாவிற்கு குறைந்தபட்சம் ஐந்நூறு ரூபாயாவது தேவைப்படும்.

முதலில் அம்மாவைப் பெற்ற ஆயா சிறுவயதில் எனக்குப் போட்ட முருகர் டாலர் வைத்த செயினை மீட்பார். அதற்குப் பிறகு கூடை நிறைய வெற்றிலை, பாக்கு, இனிப்பு, காரப் பலகாரம், வீட்டு மரத்தில் காய்த்த புளி என பயணத்திற்கான ஏற்பாடுகள் தயாராகும். நான் முருகர் டாலர் அணிந்தபடி ரஸம் போன கண்ணாடியில் அழகு பார்ப்பேன். ‘ஊர் திரும்பியதும் அது மீண்டும் அடகுக்கடைக்குச் சென்றுவிடும்’ என்று உள்மனது சொல்லும்.

அப்பாவுடன் போகும் பயணங்களை விரும்பாத பிள்ளைகள் உண்டா? அப்பாவின் தோள்களில் அமர்ந்து பார்க்கிறபோதுதான் இந்த உலகம் பெரியதாகவும், இன்னும் அழகானதாகவும் தெரிகிறது. அப்பாவின் வேலை எல்லாம் முடிந்த ஒரு மாலை நேரத்தில் சென்னைக்குக் கிளம்புவோம். வாலாஜாபாத் தாண்டி படப்பை வரும் வரை எங்கெங்கும் வயல்வெளிகளும், ஏரிகளும், பறவைகளுமாக என் ஜன்னல், கண்களை விரிய வைக்கும். இன்று அந்த விளைநிலங்கள், ‘விலை’ நிலங்களாகி கான்க்ரீட் காடுகளாக மாறிவிட்டன.

விமானத்தைப் பார்க்கும் ஆவலுடன் "மீனம்பாக்கம் எப்போது வரும்?" என்று நான் அப்பாவை நச்சரிக்கத் தொடங்குவேன். பெரும்பாலும் ஒவ்வொரு பயணத்தின்போதும் மீனம்பாக்கம் வருகையில் நான் உறங்கிவிட்டிருப்பேன். அப்பா தலையில் குட்டிக் குட்டி என்னை எழுப்பி, தரையிறங்கும் விமானங்களைக் காட்டுவார். அன்று என் தலையில் குட்டிய கைகள் இன்றில்லை. எப்போது விமானத்தில் பயணித்தாலும், அப்பாவின் நினைவுகளுடன் பறந்துகொண்டிருக்கிறேன்.

சென்னைக்கு வந்ததும் நான் ஆயாவின் கழுத்தைக் கட்டிக்கொள்வேன்.

"வாய்யா, வா ராசா..." என்று ஆயா என் கன்னத்தில் வெற்றிலைக்கறை முத்தம் பதிக்கும்.

அப்பா, தான் வாங்கி வந்ததை ஆயாவிடம் கொடுப்பார்.

"எதுக்கு இவ்ளோ வெத்தலை... ஏதோ ஆட்டுக்குத் தழை பறிச்சுட்டு வந்த மாதிரி" என்று ஆயா அங்கலாய்க்கும்.

ஆனாலும் பழைய வெற்றிலையைத் துப்பிவிட்டு, மருமகன் வாங்கி வந்த வெற்றிலையை புதிதாக வாயில் போட்டு மெல்லும்.

"அப்ப நான் கௌம்பறேன்" என்று அப்பா சொல்ல, "இருங்க. தோசை சுடறேன். சாப்டுட்டு போங்க!" என்று ஆயா சொல்லும்.

"இல்ல... வேலை இருக்கு. இருட்டுறதுக்குள்ள ஊருக்குப் போகணும்!" என்று அப்பா கிளம்பி விடுவார்.

அப்பா புறப்பட்டதும், ஆயா என் கழுத்தைத் தடவி டாலர் செயினைப் பார்க்கும்.

"உன் மொத பொறந்த நாளுக்கு போட்டது. இதையாவது விக்காம வெச்சிருக்கானே!" என்று அலுத்துக் கொள்ளும். அடகுக்கடையில் இருந்து அந்த செயின் தப்பித்து வந்த ரகசியத்தை ஆயாவிடம் சொல்லாமல் அடை காப்பேன்.

அடுத்தடுத்த ஆண்டுகளில் நான் வளரத் தொடங்கியதும், அப்பாவின் கவலை காணாமல் போனது. டாலர் செயின் இல்லாமலே என்னை சென்னைக்கு அழைத்துச் செல்வார்.

"அப்பா... ஆயா என் கழுத்தைத் தடவிப் பார்த்து செயின் எங்கன்னு கேட்குமே?" என்பேன்.

"செயின் சின்னதாயிடுச்சுன்னு சொல்லுடா" என்பார்.

வழக்கம்போல் ஆயா கேட்கும்.

நான், "செயின் சின்னதாயிடுச்சி!" என்பேன்.

"சின்னதானா என்ன? அடுத்த தடவை எடுத்துட்டு வா... பெருசா செஞ்சு போடறேன். ஆனா அதையும் அடகு வெச்சி உங்க அப்பன் புஸ்தகம்தான் வாங்குவான்!" என்று ஆயா கோபப்படும்.

ஆயாவிடம் சொல்லாமல் அடைகாத்த விஷயம் ஆயாவுக்கு எப்படித் தெரிந்தது என்று நான் ஆச்சர்யப்படுவேன். வாழ்க்கையில் அனுபவம்தான் அனைத்தையும் கற்றுக்கொடுக்கிறது. அன்று நான் அறிந்தது இதுதான். 'இந்த உலகில் ரகசியம் என்று எதுவுமே இல்லை!'

அந்த செயினை அப்பா விற்றுவிட்டார் என்றே ஆயா நம்பியது. என் திருமண நிச்சயதார்த்தத்தின்போது ஆயா அப்பாவிடம் கேட்டது;

"இவனுக்கு நான் போட்ட டாலர் செயின் எங்க இருக்கு?"

அப்பா சொன்னார்; "என்கிட்டதான் இருக்கு!"

"இருக்குன்னா? கண்ல காட்டுனாதானே நம்பமுடியும்" என்று ஆயா கேட்க,

அப்பா சொன்னார்; "என் பொண்டாட்டிக்கு நீங்க போட்ட எல்லா நகைகளையும் அவ செத்த பிறகு உங்ககிட்ட கொடுத்தேன் இல்ல. அது மாதிரி இந்தச் செயினையும் கொடுப்பேன். அப்புறம் இன்னொரு விஷயம். கண்ல பார்த்தாதான் நம்புவேன்னு சொன்னா அப்புறம் இந்த உலகத்துல மனுஷங்க எதுக்கு?"

அப்பாவின் மனஸ்தாபம் ஆயாவின் மேல் எனக்கும் தொற்றிக்கொள்ள, திருமணத்துக்குப் பிறகு நான் தனிக்குடித்தனம் வந்தேன்.

எத்தனைக் காலம் மனஸ்தாபம் நீடிக்கும்? அப்பா இறந்த பிறகு நடந்த மாமா பையனின் திருமண விசேஷத்தில் ஆயா என் கைகளைப் பிடித்து அழுதபடி வீட்டுக்கு அழைத்தது. என் மகனுடன் சென்றேன். கடந்த நாற்பது ஆண்டுகளாக அப்பா அடகு வைத்து, மீண்டும் மீட்டு, மீண்டும் அடகு வைத்த முருகர் டாலர் பதித்த செயினை, என் மகன் கழுத்தில் அணிந்திருந்தான்.

நினைவோ ஒரு பறவை ❖ 63

அந்தச் செயினை ஆயாவிடம் காட்டி "இது என்னன்னு தெரியுதா?" என்றேன்.

ஆயா, தன் நெஞ்சில் கை வைத்து இரண்டு அடி பின்னால் நகர்ந்தது.

"அடப்பாவி! இத உங்கப்பன் வித்துட்டான்னு நெனைச்சேன். இன்னுமா இருக்கு? தப்பு பண்ணிட்டேன்டா!" என்று என் மகனைக் கட்டிக்கொண்டு அழுதது. இன்று அப்பாவும் இல்லை, ஆயாவும் இல்லை!

அந்த செயினின் இன்றைய மதிப்பு முப்பதாயிரத்துக்குள் இருக்கும். ஆனால், அதற்காக அப்பா அதன் மதிப்பையும் தாண்டி பல ஆயிரங்கள் செலவு செய்து நாற்பது ஆண்டுகளாக திரும்பத் திரும்ப மீட்டு அடகு வைத்திருக்கிறார். ஏனெனில், அவர் செலவு செய்தது நகைகளின் மதிப்புக்காக அல்ல, தன் வைராக்கியத்துக்காக!

பெண் புத்தரின் சரிதம்

மலையும் அதே மலைதான்
வழியும் அதே வழிதான்
மாறி இருப்பது மனது மட்டுமே!

- ஜென் தத்துவம்.

அப்பாவுக்கு இரண்டு அக்கா, இரண்டு தங்கை. எனவே, எனக்கு மொத்தம் நான்கு அத்தைகள். நான் பிறப்பதற்கு முன்பே மூன்று அத்தைகளுக்கும் திருமணமாகிவிட, கடைசி அத்தைதான் என்னைத் தூக்கி வளர்த்தது. அந்தக் காலத்து தொடர்கதைகளில் வரும் கல்யாணமாகாத இளம்பெண்கள் போலவே, 'ஏழு கடல் தாண்டி, ஏழு மலை தாண்டி, குதிரையில் வரப்போகும் ராஜகுமாரனுக்காக' அந்த அத்தை காத்திருந்த காலம் அது.

அத்தையால் வளர்க்கப்பட்ட குழந்தைகள், தேவதைகளால் ஆசிர்வதிக்கப்பட்டவர்கள். அந்த நாட்களில், நான் எங்கு சென்றாலும், சிறகு முளைத்த தேவதைகள் என் தலைக்குமேல் பூக்களைத் தூவி வாழ்த்திக்கொண்டிருந்தார்கள். அத்தை, என்னை இடுப்பில் தூக்கிக்கொண்டு கோயிலுக்குச் செல்லும். பிள்ளையார் கோயிலின் சர்க்கரைப்பொங்கலும், சுண்டலும் பூவரசம் இலைகளில் வாங்கி உள்ளங்கைச் சூட்டோடு ஊதி ஊதி ஊட்டிவிடும். அடிக்கடி மூக்கு உறிஞ்சும் என்னை, 'ஊளமூக்கு' என்று கிண்டல்செய்து தன் தாவணியால் சுத்தம் செய்யும். தன் தோழிகளுடன் சினிமாவுக்குச் செல்கையில் என்னையும் அழைத்துச்சென்று இடைவேளையில் பொரி

உருண்டையும், கைமுறுக்கும் வாங்கிக் கொடுக்கும். இப்போது யோசித்துப் பார்க்கையில், அம்மாவின் இடுப்பில் இருந்ததை விட, அத்தையுடன் நான் இருந்த சித்திரம்தான் கண்முன் விரிகிறது.

அம்மா அடித்தால், அப்பா கோபப்பட்டால், நான் அத்தையின் மடியில் அடைக்கலமாவேன். அத்தை தாலாட்டுப் பாடி தூங்கவைக்கும். தெருப்புழுதி ஆட்டங்களில் நான் அழுதபடி வீட்டுக்கு வந்தால், அத்தை மீண்டும் என்னை மைதானத்திற்கு அழைத்துச்சென்று "யார்டா இவன அடிச்சது?" என்று புலன் விசாரணை செய்யும். அத்தையின் கோபத்திற்காகவே, நான் தவறு செய்தாலும் பெரிய பையன்கள் கண்டுகொள்ளமாட்டார்கள்.

அத்தையின் பெயர் சசிகலா. நீளமாக வைக்கப்படும் எல்லாப் பெயர்களும் சுருக்கிக் கூப்பிடுவதற்காகத்தானே? ஆகவே, எங்களுக்கு அவர், 'சசி அத்தை'.

எங்கள் குடும்பத்தின் குலசொத்தான, 'எதற்கெடுத்தாலும் குறை சொல்லும் பழக்கம்' ஆயாவிடமிருந்து எனக்கு வந்ததைப்போலவே அத்தைக்கும் இருந்தது. கூடவே, ஆயாவிடம் இல்லாத இன்னொரு குணம்... என்ன நடந்தாலும் கண்டுகொள்ளாத அலட்சியம். அந்த அலட்சியத்தை கொஞ்சம் உற்றுப் பார்த்தால், 'அது ஒரு ஜென் மனநிலை' என்று இன்று புரிகிறது.

'பூகம்பம் வந்துவிட்டது!' என்று, ஊரே வீட்டைவிட்டு வெளியில் ஓடினால் அத்தை சொல்லும்... "கொஞ்சம் பொறுங்க, சாம்பார் கொதிக்குது. சாப்பிட்டுட்டு வர்றேன்!" அதுதான் அத்தையின் மனம். எல்லாப் பெண்களுக்கும் போலவே அத்தைக்கும் ஒரு சுபமுகூர்த்த நாளில் திருமணம் நடந்தது. நான், மாப்பிள்ளைத்தோழனாக ஜானவாசக் காரில் மாமாவுக்குப் பக்கத்தில் அமர்ந்து, பெட்ரோமாக்ஸ் மனிதர்களின் தலைச்சுமையை வேடிக்கை பார்த்துக்கொண்டே வந்தேன். என் அம்மா இறந்துபோனதற்குப் பின்னான நாட்கள் அவை. அம்மாவைப்போலவே அத்தையும் என்னைத் தனியாக விட்டுவிட்டு வெகுதூரம் போகப்போகிறது என்று நினைத்துக் கொஞ்சம் அழுததாகக்கூட ஞாபகம்.

மறுவீட்டுக்கு வந்த மாமா, அத்தையுடன் என்னையும் சினிமாவுக்குக் கூட்டிச் சென்றார். இடைவேளையில் கோன்

ஐஸ்ூம், படம் முடிந்து கூரைவேய்ந்த கட்டடத்தில் மாமா வாங்கித் தந்த பிரியாணியும் நாக்கின் சுவைமொட்டுகளில் இப்போதும் எங்கோ ஒளிந்துகொண்டிருக்கின்றன.

மாமா, அந்தக் காலத்து பி.ஏ., தாலுகா ஆபீஸில் வேலை. பெல்பாட்டம் அணிந்து 'பில்லா' ரஜினிபோல் இருப்பார். அவ்வப்போது மாமாவுக்கும், அத்தைக்கும் மனஸ்தாபம் வந்து, அத்தை பிறந்தகம் வந்துவிடும். அந்தக் காலங்களில் அத்தை அழுது நான் பார்த்ததே இல்லை. எப்போதும்போல் என்னுடன் சிரித்தபடியே விளையாடிக்கொண்டிருக்கும்.

மாமா வந்து சமாதானப்படுத்தி, அத்தை அவருடன் கிளம்பிப்போன பிறகு, ஆயா என்னிடம் சொல்லும்... "உங்க அத்தை இருக்காளே... கல்லு மனசுக்காரி! மனசுல என்ன நெனைக்குறான்னே யாருக்கும் தெரியாது. சின்னவயசுல இருந்தே இப்படித்தான். அப்படியே எங்க வீட்டுக்காரரு மாதிரி!"

ஆயா, அத்தையைப் பாராட்டுகிறதா... இல்லை, நான் பிறப்பதற்கு முன்பே இறந்துவிட்ட தாத்தாவைத் திட்டுகிறதா... என்கிற விவரம் புரியாத வயதில் நான் இருந்தேன்.

முதல் பிரசவத்துக்காக அத்தை, தாய்வீட்டுக்கு வந்தது. காஞ்சிபுரத்தில் சி.எஸ்.ஐ. மருத்துவமனையில் அத்தையைச் சேர்த்தோம். இருநூறு வருடங்களுக்கு முன்பு வெள்ளைக்காரன் கட்டிய மருத்துவமனை. பரந்து விரிந்த கட்டடங்களும், விசாலமான அறைகளும், மருந்து வாசமுமாக அந்த மருத்துவ மனையின் நினைவுகள் என் மூளை அடுக்குகளிலிருந்து இப்போதும் மேலெழுகின்றன.

சி.எஸ்.ஐ. கட்டடத்தின் நுழைவாயிலைக் கடந்து, நோயாளிகள் அறைக்குச் செல்லும் பாதையில், பென்னம் பெரிய பஞ்சுமரம் ஒன்று காலத்தைக் காட்சியாக்கி காற்றுடன் பேசிக்கொண்டிருக்கும். அதன் கீழே, படர்ந்த கரிய நிழல்களில் கொட்டிக்கிடக்கும் பஞ்சுக்காய்களைத் தேடிப் பொறுக்கி நான் விளையாடுவேன். சின்னஞ்சிறிய பம்பரத்தைப்போல் இருக்கும் அந்தப் பஞ்சுக்காய்கள், தரையில் சுழற்றிவிட்டால் உலகத்துடன் நடனமாடி ஒரு நிமிடத்தில் நின்றுவிடும்!

'எல்லாருமே உலகத்துடன் நடனமாடி, ஏதோ ஒரு நிமிடத்தில் நின்றுவிடும் பஞ்சுக்காய்கள்தானோ..?' என்று இன்று தோன்றுகிறது.

அத்தைக்கு அழகான ஆண்குழந்தை பிறந்தது. பிள்ளை பெற்ற அத்தைக்கு உறவினர்கள் கறிச்சோறு கொண்டு வருவார்கள். அத்தை, பெயருக்குச் சாப்பிட்டுவிட்டு எனக்கு ஊட்டிவிடும். "மாமா பாருடா" என்று, தான் பெற்ற குழந்தையிடம் அத்தை என்னைக் காட்டுகையில், நான் வயது முதிர்ந்த மாமனாகி கொஞ்சம் வெட்கப்படுவேன்.

மாமாவுக்கு மாற்றலாகி முத்தியால்பேட்டை, ஆரணி, அரக்கோணம், செய்யாறு... என பல ஊர்களில் பணிபுரிந்து கடைசியாக வந்தவாசியின் நிரந்தர வாசியானார். அப்போது, சசி அத்தையின் மூத்தமகன் செந்தில், பொறியியல் கல்லூரியில் மாணவன். சசி அத்தை என்னைத் தூக்கி வளர்த்ததைப்போலவே சிறுவயதில் செந்திலையும் நான் தூக்கி வளர்த்திருக்கிறேன். 'அந்தப் பையனா இவன்?' என்று வியக்கும்படி அவன் தோற்றம் மாறி இருந்தது. மீசை அடர்ந்து, முகப்பரு வளர்ந்து, "மாமா! நீங்க எழுதுன பாட்டு எல்லாமே இந்த 'USB'ல இருக்கு!" என்று என்னிடம் நீட்டுவான். 'சசி அத்தையின் கண்களுக்கு என்னைக் குழந்தையாகவும், என் கண்களுக்கு செந்திலைக் குழந்தையாகவும் மாற்றி மாற்றிக் காட்டும் கலைடாஸ்கோப்பின் வளையல் துண்டுகள்தான் காலமோ!' என்று, நான் குழம்பிப்போவேன்.

சென்னையில், அம்மாவைப் பெற்ற ஆயா வீட்டில் தங்கி பாடல்கள் எழுதிக்கொண்டிருந்த ஒரு மாலைப்பொழுதில் அப்பா என் கைபேசியில் அழைத்தார். "சசி அத்தை பையன் செந்திலை போரூர் ஆஸ்பிட்டல்ல சேர்த்திருக்காங்க. கேன்சராம். உடனே கௌம்பி வா!"

நான் பதறியடித்து விரைந்தேன். போரூர் மருத்துவமனையில் செந்தில் ஒரு அறையில் அனுமதிக்கப்பட்டிருந்தான். சுற்றிலும் மருந்து வாசம். என்னைப் பார்த்ததும் அத்தை சொன்னது, "ஒடம்பு முழுக்க கேன்சர் கட்டி இருக்காம்டா. டேய் செந்தில்... இங்க பாருடா... முத்து மாமா வந்திருக்கான்!"

செந்தில் சுற்றுமுற்றும் காற்றில் கை வீசினான். அத்தை சொன்னது, "நேத்து ராத்திரில இருந்து அவனுக்குக் கண்ணு தெரியல!"

செந்திலின் கைகளைப் பிடித்து அத்தை மறுபடி சொன்னது, "டேய்... முத்து மாமாடா!" – செந்தில் மீண்டும் காற்றில் கை வீசி, "அம்மா... எனக்கு வலிக்குதும்மா" என்றான். அவன் கைகளை காற்றில் வீசுவது, பனிக்குடத்தின் இருட்டறையில்

குழந்தைகள் தத்தளிப்பதைப்போல் இருந்ததால், நான் கனத்த மனதுடன் அங்கிருந்து நகர்ந்தேன்.

“வாடா... கேன்டீனுக்குப் போய் டீ சாப்பிடலாம்!” என்று அப்பா அழைத்துக்கொண்டு போனார். ‘ரெண்டு டீ’ என்று ஆர்டர் கொடுத்து நாங்கள் அருந்திக்கொண்டிருக்கையில் தூரத்தில் மாமா வேகமாக ஓடுவது தெரிந்தது. “ரத்தம் வாங்குறதுக்காக ஓடுறான். இரு, நான் பார்த்துட்டு வர்றேன். தனியா கஷ்டப்படுவான்!” என்று, அப்பாவும் மாமாவின் பின்னால் ஓடினார். தந்தையும், தாய்மாமனும் தனக்கான ரத்தத்திற்காக ஓடுவதை அறியாமல் செந்தில் காற்றில் கை வீசும் காட்சி என் கண்களை நனைத்தது.

அதற்கடுத்த நாள், செந்தில் இறந்துபோனான். “வந்தவாசில வேணாம். எங்க அம்மா வீட்டுக்கே கொண்டுபோயிடலாம்!” என்று, அத்தை சொல்ல, காஞ்சிபுரத்துக்குக் கொண்டு சென்றோம். ஊரே திரண்டு ஒப்பாரி வைத்தது. அத்தை மட்டும் அழாமல், திண்ணையில் வெறித்த பார்வையுடன் அமர்ந்துகொண்டது. செந்தில் படித்த கல்லூரியிலிருந்து நூற்றுக்கணக்கான மாணவர்கள் காஞ்சிபுரத்திற்கு வந்து கதறி அழுதார்கள். அத்தை, அனைவரையும் வெறித்தக் கண்களால் பார்த்துக்கொண்டிருந்தது.

செந்திலின் உடலை வைக்கப்போகும் பாடையில் போர்த்துவதற்காக சேலை கேட்டபோது, சசி அத்தை தன் விலையுயர்ந்த பட்டுச்சேலையை எடுத்துக்கொடுத்தது. “இது ஒரு சாங்கியம்தான்! சேலை நமக்குத் திரும்ப வராது. அதனால, ஏதாவது காட்டன் சேலை கொடும்மா” என்று சொந்தக்காரப் பெண் சொல்ல, அத்தை கேட்டது, “என் பையன் மட்டும் திரும்ப வரப்போறானா..? இதையே கொடுங்க!”

அழாமல் இருந்த அத்தையைப் பார்த்து நாங்கள் பயப்பட்டோம். உடலை எரித்துவிட்டு வீடு திரும்பிய உறவினர்கள், கூடத்தில் ஏற்றிவைத்த காமாட்சிவிளக்கை வணங்கிவிட்டு கிளம்பிக்கொண்டிருந்தார்கள். அத்தை சைகையால் என்னை அழைத்தது.

“என்ன அத்தை?” என்றேன்.

“எல்லாரும் கௌம்பிட்டாங்களா? ரா தங்குறவங்களுக்கு சாப்பாடு சொல்லு!”

“சரி அத்தை!” என்றேன்.

அத்தை, என் கண்களைப் பார்த்தபடி தன் வயிற்றைத் தொட்டு, "இங்க இருந்துதாண்டா எட்டி எட்டி உதைப்பான். எவ்ளோ ஆர்லிக்ஸ் குடிச்சிருப்பேன்! குறை இல்லாமத்தான் வளர்த்தேன். ஆப்பிள் கேட்டா ஆப்பிள்; ஆரஞ்சு கேட்டா ஆரஞ்சு; பொம்மை கேட்டா பொம்மை; எம்மேல என்ன தப்பு? இப்படிச் செத்துப்போவான்னு யாரு கண்டா?" என்றது. நான் மௌனமாக நின்றேன்.

எல்லாரும் கிளம்பிப்போன பின்னிரவில் எஞ்சிய உறவினர்கள் 'கையது கொண்டு, மெய்யது போர்த்தி' வராத உறக்கத்தை வரவழைத்துக்கொண்டிருக்கையில், நள்ளிரவு மூன்று மணிக்கு அத்தை, அதுவரை அடக்கிவைத்த அத்தனை அழுகையையும் கொட்டித் தீர்த்தது!

பின்னர் ஒரே அமைதி!

செந்திலின் மரணத்தால் என்ன ஞானம் கிடைத்ததோ தெரியவில்லை... ஒரு தெளிவுபெற்ற மனநிலையில் அமர்ந்திருந்த அந்த 'பெண் புத்தருக்கு' காபி போட, உறவினர்களில் யாரோ ஒரு பெண் எழுந்துபோனாள்.

ஒரு தகப்பனின் கதை

நீ மரமாக மாறாவிட்டால்
கிளிகளைப் பிடிக்க முடியாது!

– எழுத்தாளர் கோணங்கி.

நான் நாகராஜன். நா.முத்துக்குமாரோட அப்பா. நான் செத்துப்போயி ஒம்போது வருஷமாயிடுச்சி! தொடர்ந்து இவன் எழுதுற 'நினைவோ ஒரு பறவை' படிச்சிட்டு வர்றேன். 'செத்துப்போனவன் எப்படிப் படிக்கமுடியும்?'னு கேட்டீங்கன்னா, உங்களுக்குப் புரியுற மாதிரி எளிமையா சொல்ல நான் ஒண்ணும் எழுத்தாளன் இல்லை.

அப்படி எல்லாம் இந்த உலகத்துல யாரும், யாரையும் விட்டுட்டு, எங்கேயும் போகமுடியாது. இவன் சுவாசிக்கிற காத்துல, இவன் ஒடம்புல ஓடுற அணுக்கள்ல, பேசுற விதத்துல, நானும் வாழ்ந்துக்கிட்டுதான் இருக்கேன். இன்னும் எளிமையா சொல்லணும்னா, ஒரு மேஜையை நீங்க தொடுறபோது, அந்த மேஜையும் உங்களைத் தொடுது. அந்த மேஜையை எரிச்சாதான் நீங்க சாகமுடியும். அப்பகூட மேஜை கரித்துண்டாகவும், கரித்தூளாகவும் மாறுமே ஒழிய, அழியாது.

உங்க அப்பாவுக்கு வயசாவதை நீங்க பார்த்திருக்கீங்களா? அப்பாவுக்கு வயசாகி உடல் தளர்ந்து போவதை உண்மையில் எந்தப் பிள்ளையும் விரும்புறதில்லை. சின்னவயசுல நம்ம இடுப்பைப் பிடிச்சு சைக்கிள் ஓட்டக் கத்துக்கொடுத்த அப்பா, சட்டுன்னு தன்னோட கைகளை விட்டுவிடும்போது நம்ம வண்டியை நாமே ஓட்டத் தொடங்குறோம். அந்தக் கணத்தில்தான் அப்பா அவரோட முதுமையின் முதல் படிக்கட்டுல கால் எடுத்து வைக்குறாரு.

அப்பாவுக்குத் தெரியாம தாத்தாவும், நமக்குத் தெரியாம அப்பாவும் ஒளிச்சி வெச்ச ரகசியங்கள் அடங்கிய பரணை எட்டிப் பிடிக்குற வயசுல நாம பயணிக்கிறபோது, முதுமையின் இரண்டாவது படிக்கட்டு அப்பாவுக்காகக் காத்துக்கிட்டிருக்கு. கல்லூரிக் கட்டணம் கட்ட நமக்காக வரிசையில நிக்கும்போது, முதுமையோட மூணாவது படிக்கட்டு முதல்நரையோட அப்பாவைக் கூப்பிடுது. ஆனாகூட, நம்ம பால்யவயசு ஞாபகத்துல, இளமையான அப்பாவோட முகம் யாராலயும் திருடமுடியாம இன்னமும் அப்படியேதான் இருக்குது.

ஏதோ ஒரு செய்கையில, ஏதோ ஒரு மெத்தனத்துல, பழைய அப்பாவோட முகம் நம்ம முகத்துல வந்து ஒளிஞ்சிக்குது. உலகத்தை எதிர்கொள்ற ஒவ்வொரு செயல்பாட்டிலும் பழைய அப்பாவோட முகத்துல இருந்துதான் நாம உணர்ச்சிகளைக் கடன் வாங்குறோம். நம்ம அப்பாவுக்கு வயசாகும்போது, மனசுக்குள்ள லேசா ஒரு பயம் எட்டிப் பார்க்கும். அப்பாவுக்கு வயசானதால வர்ற பயம் இல்ல அது; 'நமக்கும் வயசாகுதே'ங்கற பயம்.

எதையோ சொல்லவந்து எங்கெங்கோ போயிட்டேன். செத்துப்போனா இப்படித்தான்... ஞாபகங்கள் நமக்கே தெரியாம கண்ணாமூச்சி விளையாடும். என்ன சொல்ல வந்தேன்? ஆங்... 'நினைவோ ஒரு பறவை' தொடரைப் பத்தி. இவனுக்குள்ள இவ்வளவு ஞாபகம் ஒளிஞ்சிக் கெடக்கா? 'இதையெல்லாம் இவன் எப்ப கவனிச்சான்'னு படிக்கப் படிக்க வியப்பா இருக்கு. ஒரு தடவைகூட இதையெல்லாம் நான் உயிரோடு இருந்தப்ப எங்கிட்ட இவன் பகிர்ந்துக்கிட்டதே இல்ல. ஒருவேளை நான் உயிரோட இருந்திருந்தா, இதையெல்லாம் இவன் எழுதியிருக்க மாட்டான்னு தோணுது.

உங்களுக்கு மட்டும் ஒரு ரகசியம் சொல்றேன்... இவன் எழுதறது அத்தனையும் உண்மை இல்ல. தொண்ணூறு சதவீதம் மட்டுமே உண்மை. சாமர்த்தியமா கொஞ்சம் பொய் கலக்கறான். சின்ன வயசுல இருந்தே இவன் இப்படித்தான். பள்ளிக்கூட நாட்கள்ல அப்பப்ப சின்னச் சின்னதா கவிதை எழுதி எங்கிட்ட காட்டுவான். "அன்னிக்கு நான் அப்படி சொல்லவே இல்லையேடா... வேற மாதிரி எழுதியிருக்கியே"ன்னு கேட்டா,

"நூறு சதவீதம் உண்மையா எழுதுனா அதுக்குப் பேரு டெலிபோன் டைரக்டரிப்பா... கொஞ்சம் பொய் கலந்தாதான் இலக்கியம்"னு சொல்லுவான். எக்மோர் கவர்ன்மென்ட்

ஆஸ்பிட்டல்லதான் இவன் பொறந்தான். இவன் பொறந்த அடுத்த நொடி ஆஸ்பிட்டல் சனம் எல்லாம் மொட்டை மாடிக்கு ஓடுது. என்னன்னு விசாரிச்சா, 'எல்.ஐ.சி. கட்டடம் தீப்பிடிச்சி எரியுது'ன்னு சொல்றாங்க. இவனும் சின்ன வயசுல தீ மாதிரிதான் இருப்பான். சதா எதையாவது கேள்வி கேட்டு தொளைச்சி எடுப்பான்.

மூணாவது படிக்கும்போது காஞ்சிபுரம் காய்கறி மார்க்கெட்டைப் பத்தி ஒரு கதை எழுதி எங்கிட்ட காமிச்சான். படிச்சதும் நான் ஒண்ணுமே சொல்லலை. மறுநாள் அதிகாலையில் சைக்கிள்ல இவனை ஏத்திக்கிட்டு மார்க்கெட்டுக்குக் கூட்டிப்போனேன். லாரியில காய்கறிங்க வந்து எறங்குது. நடக்குற வழி எல்லாம் அழுகுன காய்கறி, சேறுமாதிரி தேங்கிக்கெடக்குது. குண்டு மஞ்சள் பல்ப் வெளிச்சத்துல, தூரத்துல ஒரு பசுமாடு வாழை இலையை மேஞ்சிக்கிட்டிருக்கு. மார்க்கெட்டை சுத்திப் பார்த்துட்டு வீட்டுக்கு வந்தோம்.

"இப்ப உன் கதையை திரும்பவும் எடுத்துப் படிச்சிப் பாரு. அதுல எங்கேயாவது காய்கறி வாசனை வருதா?"ன்னு கேட்டேன். "இல்லப்பா"ன்னு சொல்லிட்டு அந்தக் கதையை கிழிச்சிப் போட்டுட்டான். அதறகப்புறம் தெனமும் அதிகாலையில் அலாரம் வெச்சி எழுப்பி, ஒருநாளு பஸ் ஸ்டாண்டு, மறுநாளு கவர்மென்ட் ஆஸ்பிட்டலு, அதுக்கு அடுத்தநாள் ரயில்வே ஸ்டேஷன்னு ஒவ்வொரு எடமா கூட்டிட்டுப் போனேன்.

"தெரியாததை எழுதாதே. தெரிஞ்சிக்கிட்டு எழுது. நீ ஒரு கிளையைப் பத்தி எழுதுனா, அந்த எழுத்து மேல குருவிங்க வந்து உட்காரணும்"னு சொன்னேன். "அப்படின்னா ஒரு கொலைகாரனைப் பத்தி கதை எழுதணும்னா, நானும் கொலை செய்யக் கத்துக்கணுமாப்பா"ன்னு கேட்டான். அமைதியா யிட்டேன்.

எனக்கு எல்லா புஸ்தகத்தையும் படிக்குற பழக்கம். கீழே ஒரு துண்டுக் காகிதம் கெடந்தாக்கூட எடுத்துப் பிரிச்சி படிக்கத் தொடங்கிடுவேன். இவன் அப்படி இல்ல, தேர்ந்தெடுத்துதான் வாசிப்பான். "ஏம்பா... கண்டகண்ட குப்பையை எல்லாம் படிச்சி உங்க டைமை வேஸ்ட் பண்றீங்க?"ன்னு கேட்பான். "குப்பையா இருந்தாலும் கொல்லைப்புறத்துல ஏதோ ஒரு மூலையில கொட்டி வெக்கணும்டா. என்னிக்காவது ஒரு

நாள் உரமா மாறும்"னு சொல்வேன். என்னை மொறைச்சிப் பார்த்துட்டு "உங்களைத் திருத்தமுடியாது"ம்பான்.

வாழ்க்கைல என்ன விஷயம், எங்கிருந்து கெடைக்கும்னு யாராலும் சொல்லமுடியாது. ஒருவாரம் பகுத்தறிவுக் கூட்டம்; அடுத்தவாரம் ஆன்மிகச் சொற்பொழிவு; அப்புறம் பொதுவுடைமைக் கருத்தரங்கம்னு எல்லா இடத்துக்கும் இவனை அழைச்சிக்கிட்டுப் போவேன். பொறுமையா உட்கார்ந்து கேட்டுட்டு, அப்புறம் தனிமையில எங்கூட விவாதிப்பான். 'வளர்ற கொடிக்கு கொம்பு நட்டுக்கொடுக்கறதோட எல்லா தகப்பனும் நிறுத்திக்கணும், காத்தோட திசையைத் தேடிப் பற்றிப் படர்ந்து அதுவா மேல வந்துடும்'ங்கறது என்னோட நம்பிக்கை.

எனக்கு அப்பல்லாம் ஒரு ஆசை இருந்துச்சி. குடும்பத் தோட விமானத்துல போகணும்ங்கிறதுதான் அந்த ஆசை. அப்ப சென்னையில இருந்து திருப்பதிக்கும், மதுரைக்கும் ஒரே விமானக்கட்டணம்தான். அறுநூறு ரூபான்னு நெனைக்குறேன். குடும்பத்தோட எல்லாரும் சாப்பிட உட்காரும்போது என் ஆசையைச் சொல்வேன். "மெட்ராஸ்ல இருந்து என்னிக்காவது ஒருநாள் மதுரைக்கோ, திருப்பதிக்கோ ஃப்ளைட்ல போய் எறங்கிட்டு, அடுத்த பஸ்ஸைப் புடிச்சி திரும்ப வந்துடணும்டா!"

"ஆமா... இப்ப நான் ஃப்ளைட்ல போயி என்ன பண்ணப் போறேன்? மழைக்காலம் வரப்போகுது. மொதல்ல கூரையை மாத்திக்கட்டுடா. ஃப்ளைட்ல போறானாம் ஃப்ளைட்ல"ன்னு எங்கம்மா அங்கலாய்க்கும். இவன் பாட்டு எழுதவந்து, ஃபிலிம்பேர் விருது வாங்குனப்போ முதல்முறையா ஐதராபாத்துக்கு என்னை ஃப்ளைட்ல கூட்டிட்டுப் போனான்.

எனக்கு பெல்ட் மாட்டிவிடும்போது, "சின்னவயசுல அப்பா சொல்வேனே... ஞாபகம் இருக்காடா?"ன்னு கேட்டேன். "தெரியும்பா"ன்னு என் கைகளைப் புடிச்சான். வளர்ந்த பிறகு, புள்ளைங்க அப்பாவை விட்டு கொஞ்சம் விலகிப் போயிடறாங்க. ரொம்ப வருஷம் கழிச்சி என் புள்ளை என்னைத் தொட்டுப் பேசுறான். ஃப்ளைட்ல பறந்ததைவிட அதுதான் எனக்கு ரொம்ப சந்தோஷமா இருந்துச்சி.

அதுக்கு அடுத்த வாரம் நான் செத்துப்போயிட்டேன். ஆஸ்பத்திரில ஒவ்வொரு டெஸ்ட் எடுக்குறதுக்கும் இவன் என்

கையைப் புடிச்சி கூட்டிட்டுப் போகும்போது, சின்னவயசுல இவன் கையை நான் புடிச்சி கூட்டிட்டுப் போனதெல்லாம் ஞாபகம் வந்துச்சி.

சின்னவயசுலேயே இவங்கம்மா செத்துப்போயிட்டதால எம்மேல இவனுக்குப் பாசம் அதிகம். நான் செத்துப் போனபோது இவன் அழுத அழுகையைப் பார்த்துட்டு, "நாகராஜுக்கு நாலும் பையனா பொறந்துடுச்சே... ஒரு பொண்ணாவது இருந்திருக்கலாமேன்னு இனிமே யாரும் சொல்லமாட்டாங்க. முத்து அழறதைப் பார்க்கும்போது பொம்பள புள்ளகூட இப்படி அழாதுன்னு தோணுது" என சொந்தக்காரங்க யாரோ சொன்னதை நான் கண்ணாடிப் பெட்டி குளிருக்குள்ள இருந்து கேட்டுக்கிட்டுத்தான் இருந்தேன்.

நேத்து ஏதோ ஒரு படத்துக்கு பாட்டு எழுதிட்டு ராத்திரி ரெண்டு மணிக்கு இவன் வீட்டுக்கு வந்து படுத்தான். பக்கத்துல போயி உட்கார்ந்து இவன் காலை அமுக்கிவிட்டேன். அப்பாதான் தனக்கு கால் அமுக்குறார்னு தெரியாம அசதில புள்ள தூங்கிட்டான். பையனையும், பேரனையும் மாறி மாறி விடியுறவரைக்கும் பார்த்துக்கிட்டே இருந்தேன்.

இன்னும் கொஞ்ச காலம் உசுரோட இருந்திருக்கலாமோன்னு தோணுச்சி. அடுத்து 'நினைவோ ஒரு பறவை'ல என்ன எழுதப்போறான்னு தெரியல. உங்கள மாதிரியே நானும் ஆவலோட காத்துக்கிட்டிருக்கேன்!

சீட்டுக்கட்டின் ராணிகள்!

காதல் என்பது
குழந்தையின் கையில் உள்ள
முட்டை போன்றது;
எப்போது நொறுங்கும் என்று
யாராலும் சொல்ல முடியாது!

- ரஷ்யப் பேரறிஞர் நிக்கோலய் உடான்ஸ்கி

('யாரோ' என்று எழுத விரும்பாததால் கற்பனையாக வைத்த பெயர்)

ஹார்டின் ஆறுக்கும், ஹார்டின் எட்டுக்கும் நடுவில், விசிறிவாழைபோல தரையில் கலைந்து பரவியிருந்த சீட்டிலிருந்து எடுத்த ஜோக்கரைச் சொருகி, 'டிக்' என்று கீழே வைத்தபோது கதவு தட்டப்படும் சத்தம் கேட்டது. எழுந்து சென்று கதவைத் திறந்தேன். "என்ன... கட்டு போட்டாச்சா? நீங்க உருப்படவேமாட்டீங்க!" என்றபடி சண்முகசுந்தரம் உள்ளே நுழைந்தான்.

நான், அப்போது சென்னை-பச்சையப்பன் கல்லூரியில் எம்.ஏ., தமிழ் இலக்கியம் முதலாமாண்டு படித்துக்கொண்டு இருந்தேன். ஆயாவீட்டில் தங்கி தினமும் கல்லூரி சென்று கொண்டிருந்தேன். மதியத்துக்குள்ளாக கல்லூரி முடிந்துவிடும். மீதிநேரம் கல்லூரி மாணவர் விடுதியில் நண்பர்கள் அறையில் அரட்டையடித்துக்கொண்டிருப்போம்.

பச்சையப்பன் கல்லூரி விடுதி, மரங்கள் அடர்ந்து புராதனக் கட்டடங்களுடன் ஒரு புதிரைப்போல; நகர மறுக்கும் நிராசையைப்போல; வெடித்துச் சிரிக்கும் குறும்பைப்போல;

கல்லில் எழுந்த சோகம்போல; இள ரத்தத்தின் உஷ்ணம்போல; தாய்மடியின் கதகதப்பைப்போல... ஒவ்வொரு சமயமும் ஒவ்வொரு வடிவம் காட்டும்!

விடுதிக்குப் பக்கத்திலேயே நுங்கம்பாக்கம், சேத்துப்பட்டு ரயில்நிலையங்கள் இருக்கும். விடுதியின் ஜன்னல் வழியே பார்க்கையில் கட்டம் கட்டமாக ரயில் மனிதர்கள் கம்பியைப் பிடித்தபடி கடந்துபோவார்கள். விடுதியை ஒட்டி நூற்றாண்டுகள் கடந்த ஓர் ஆலமரம் கிளிகளுடன், நாங்கள் படிப்பதற்கும் பந்தாடுவதற்கும் நிழல் கொடுத்துக்கொண்டிருக்கும்.

சில வெறுமையான பொழுதுகளில் மஞ்சள் சுண்ணாம்பு அடித்த கட்டடத்தைப் பார்க்கையில் சட்டென்று மருத்துவமனையின் தோற்றம் ஞாபகம் வந்துவிடும். எல்லா கல்விநிலையங்களின் சுவர்களுக்குள்ளும் மஞ்சள்நிறம் ஒரு நோய்த்துகளைப்போல படிந்துவிடுவதாகத் தோன்றும். மாலையில் விடுதி முழுவதும் மொட்டை மாடியில் கும்பல் கும்பலாகத் திரண்டுவிடும்.

கூம்பு வடிவத் தூணில் சாய்ந்தபடி எதிர்காலம் பயமுறுத்த, தனித்த தண்டவாளங்களையும், சாம்பல் மேகங்களையும் உற்றுப் பார்த்துக்கொண்டிருப்போம் அல்லது கேரம் போர்டு பலகையின் கறுப்பு-வெள்ளைக்காய்களைத் துரத்திக் கொண்டிருப்போம். காலம், எங்கள் ஸ்டிரைக்கரைக் குழியில் தள்ளி மைனஸ் போட்டுவிட்டுப் புன்னகைக்கும்.

அப்போதைய முன்னணி நடிகைகளின் புகைப்படங்கள் தொடங்கி, விவேகானந்தர், அம்பேத்கர், பெரியார் புகைப்படங்கள்வரை ஒவ்வொரு அறையின் சுவரும் தன் முகத்தை, அங்கு தங்குபவர்களின் முகமாக மாற்றிக்கொண்டு ஸ்பீக்கர்கள் அலற சினிமா பாடல்களால் அதிர்ந்து கொண்டிருக்கும். அநேக அறைகளில் ஃபில்டர் கிங்ஸில் ஆரம்பித்து, மணியார்டர் வராத வாரங்களில் துண்டுபீடி வரை புகைத்து ஆஷ்ட்ரேயின் வயிறு எப்போதும் கர்ப்பிணிபோல் இருக்கும்.

அப்படியான ஒரு புகை மதியப்பொழுதில்தான் சண்முகசுந்தரம் அறைக் கதவைத் தட்டினான்.

சண்முகசுந்தரம், பி.ஏ., வரலாறு மூன்றாமாண்டு படிப்பு. கறுப்புக்கும் சிவப்புக்கும் இடைப்பட்ட நிறம். விடுதியிலேயே

நினைவோ ஒரு பறவை ❖ 77

விதவிதமாக உடை உடுத்துபவன் அவன் மட்டுமே. வருடங்கள் முன் நகர்ந்து வந்துவிட்ட பிறகும், வலுக்கட்டாயமாக அவன் பால்யத்தில் அறிமுகமாயிருந்த ஸ்டெப் கட்டிங் சிகை அலங்காரத்தை விடாமல், தேயிலைச்சரிவுத் தலையுடன் அதே பாணியில் வலம் வந்துகொண்டிருப்பான்.

அறிமுகமான அடுத்த நிமிடமே உங்களிடம் அன்றைய அவனது நிலவரப்படி, கடன் கேட்டுவிடுவான்; அல்லது உங்களுக்காக ஆயிரக்கணக்கில் செலவு செய்வான். அவனுக்காக உங்களுடைய ராஜ்யத்தில் பாதியை எழுதிக்கொடுக்குமளவுக்கு நீங்கள் அவனது பேச்சிலும், தொற்றிக்கொள்ளும் உற்சாகத்திலும் மாறிவிடுவீர்கள். சண்முகசுந்தரம் என்பதை விட 'காதல் சுந்தரம்' என்றால்தான் விடுதியில் அனைவருக்கும் தெரியும்.

இருபத்திநான்கு மணி நேரமும் காதல் அலைவரிசையில் நீந்திக்கொண்டிருப்பான். மாநகரத்தில் இருக்கும் அனைத்து பெண்கள் கல்லூரிகளை (சில முக்கியமான பெண்கள் பள்ளிகளும்) எத்தனை மணிக்குத் திறந்து, எத்தனை மணிக்கு மூடுவார்கள் எனத் தொடங்கி, காலியான நாற்காலிகள் உள்ள படம் ஓடும் திரையரங்குகள், கொசு கடிக்காத கார்ப்பரேஷன் பூங்காக்கள் எனத் தொடர்ந்து, பெண்களுக்கு ஐஸ்க்ரீம் அதிகம் பிடிக்குமா? சாக்லெட் அதிகம் பிடிக்குமா? என்பதுவரை விரல்நுனியில் தரும், ஒரு நடமாடும் பெண்கள் மனவியலாளனாக அவனை நாங்கள் அங்கீகரித்திருந்தோம்.

அவனது அறையின்மேல் தாஜ்மஹால் என்று யாரோ பெயின்ட்டில் எழுதிவிட்டுச் செல்ல, அவனுக்கும் பிடித்திருந்ததால் அப்படியே விட்டுவிட்டான். சண்முகசுந்தரத்தின் சொந்த ஊர் தர்மபுரிக்குப் பக்கத்தில் ஒரு கிராமம். அப்பா விவசாயி. மாதம் தவறாமல் மணியார்டர் வந்துவிடும். மணியார்டர் வராத மாதங்களில் மஞ்சள்பை நிறைய பச்சை வேர்க்கடலையுடனும், வேட்டிக்கு தம்பி மாதிரி இருக்கும் அழுக்கு வேட்டியுடனும் அவனது அப்பா விடுதிக்கு வந்து பணம் கொடுத்துவிட்டுப் போவார். அவர் வரும் சமயங்களில், சண்முகசுந்தரம் உற்சாகம் குன்றி, யாரோபோல நடந்துகொள்வான். விடுதியில் தங்கிப் படிக்கும் எல்லாருடைய தந்தைகளும், அவர்களுடைய பொருளாதார நிலையும் அவனுடையதைப் போலத்தான் இருந்தது என்பதை அவன் மனம் உணர மறுத்தது. ஓரிரு நாட்களில் மீண்டும் சகஜமாகிவிடுவான்.

சண்முகசுந்தரத்தைக் கண்டால் நான் மட்டும் உள்ளூர நடுங்குவேன். அதற்கு இரண்டு காரணங்கள் இருந்தன. ஒன்று, சண்முகசுந்தரம், பார்க்கிற பெண்களை எல்லாம் காதலித்துக்கொண்டிருந்தான். காதல் என்றால் அப்படி ஒரு காதல். ஏதாவது ஒரு பெண்ணைப் பார்த்துவிட்டால், அவள் வீட்டைக் கண்டுபிடித்து, அவள் தெருவிலேயே பழியாய்க் கிடந்து, பின்னால் அலைந்து அவளை வழியனுப்பிவைத்து, இரவெல்லாம் விடுதி நண்பர்களிடம் அவளைப் பற்றிப் புலம்பிக்கொண்டிருப்பான்.

நண்பர்கள், "உன்னைத்தாண்டா பார்க்குறா... உன்னைப் பார்த்து சிரிச்சாடா!" என்று எண்ணெய்க் குடத்தில் தீக்குச்சி உரசிப்போடுவார்கள். காலுக்கடியில் பள்ளம் தோண்டப்படுவது தெரியாமல் "ஆமாம்டா" என்று வெட்கப்படுவான். ஒரு வாரம்தான் அந்தக் காதல் இருக்கும். அடுத்த வாரம், வேறு ஒரு பெண்ணின் வரலாறை சொல்லத் தொடங்குவான். விடுதிக்குச் செல்லும் வழி முழுக்க அவனது ஒருதலைக்காதல்களின் சுவடுகள் கணக்கற்றுப் பதிந்து இறைந்து கிடந்தன.

நாங்கள் கூட்டமாக வெளியே செல்லும்போது ஏதாவது ஒரு அழகான பெண் எதிரே வந்துவிட்டால், எங்களுக்கு முன்பாகவே, "அது என் ஆளுடா... விட்டுடு!" என்பான். அவனுடன் இருக்கும்போதுமட்டும், "இந்தியா என் தாய்நாடு. இந்தியர்கள் யாவரும் என் சகோதர, சகோதரிகள்!" என்ற கொள்கைக்கு வந்துவிடுவோம். "ஏன்டா இப்படி இருக்கே?" என்றால் "என் ஜாதகத்தில் இன்னும் நாப்பது லவ்வு இருக்குனு போட்டிருக்கு பாஸ்" என்பான். அவனது ஜோதிடக்கிளி நெல்லைத் தின்றுவிட்டு பெண்களின் படமாகவே எடுத்து வெளியே வீசிக்கொண்டிருந்தது. எல்லாம் ஏற்பாடுதான்!

இரண்டாவது காரணம், சண்முகசுந்தரம் கவிதைகள் எழுதுவான். தமிழ்க்கொலைக்கு என்னை சாட்சி வைப்பான். அவன் காதலிக்கும் பெண்களுக்குக் கல்யாணமாகிவிட்டால், 'நீ அரிசி சாப்பிட்டதால்தான் உன் கல்யாணத்தில் மழை பெய்தது என்கிறார்கள்... அவர்களுக்குத் தெரியாது, நீ சாப்பிட்டது அரிசி அல்ல... என் மனதை' என்று கிறுக்குவான்.

ஒருமுறை 'நீ ஹமாம் சோப்பில் குளிக்கிறாயா? ஆசைக்கடலில் குளிக்கிறாயா?' என்று கவிதை எழுதி ஒரு பெண்ணிடம் கொடுக்க, அவள், "ஆறு மாசமா முழுகாம

நினைவோ ஒரு பறவை ❖ 79

இருக்கேன்!" என்று பதில் சொன்னதாக விடுதியில் ஒரு வதந்தி.

கொஞ்சகாலமாக சண்முகசுந்தரத்துக்கு காதல் முற்றி ஒரே நேரத்தில் நான்கு பெண்களைக் காதலித்துக்கொண்டிருந்தான். பள்ளியில் படிப்பவள், கல்லூரி மாணவி, வங்கியில் வேலை செய்பவள், விநாயகர் கோயிலுக்கு வருபவள் என ஒவ்வொரு பெண்ணுக்கும் ஒவ்வொரு வரலாறு.

"நாலு பொண்ணுமே ஒத்துக்கிட்டாங்கன்னா என்னடா பண்ணுவ?" என்றதற்கு, "நாலு பேரையுமே கல்யாணம் பண்ணிக்குவேன்" என்றான். "எப்படிடா?" என்றேன். "உனக்கு இதெல்லாம் புரியாது. ஒருத்தியை அழகுக்காக காதலிக்கிறேன். ஒருத்தியை சிரிப்புக்காக காதலிக்கிறேன். ஒருத்தி எனக்கு பஸ்ஸில் டிக்கெட் வாங்க ஹெல்ப் பண்ணினதுக்காக. (கூட்டத்தில் டிக்கெட் பாஸ்செய்து வாங்கித் தந்தாளாம்!) இன்னொருத்தியை பூர்வ ஜென்ம பந்தத்திற்காக" என்றான். எனக்குத் தலை சுற்றியது.

உளவியல் மருத்துவராக இருக்கும் நண்பர் ஒருவரிடம் சண்முகசுந்தரம் பற்றிச் சொன்னேன். அதற்கு அவர், "உங்க நண்பர் கிராமத்தில் பிறந்து வளர்ந்தவர். பெண்களோட சகஜமா பேசற சூழல் அவருக்குக் கிடைக்கல. அதனால சிட்டி யில ஏதாவது ஒரு பெண் அவரிடம் பேசினாலே காதலில் விழுந்துவிடுகிறார். ஆணுக்கும், பெண்ணுக்கும் நடுவே எழுப்பப்பட்டிருக்கும் நூற்றாண்டுகளின் சுவர்தான் இதற்குக் காரணம்!" என்றார்.

"அவனை உங்க கிளினிக்குக்கு கூட்டிட்டு வரவா டாக்டர்? ஏதாவது பண்ண முடியுமா?" என்றேன்.

"ஐய்யோ, வேணாம்பா... எங்க கிளினிக்ல இரண்டு மூணு நர்சுங்க அழகா இருக்காங்க!" என்றார் சிரித்துக்கொண்டே.

அதற்குப் பிறகு தேர்வு நெருங்கிவிட்டதால் சண்முக சுந்தரத்தைப் பார்க்கமுடியவில்லை. தேர்வுக்கு முந்தின வாரம் அவனது அப்பா, 'அவசரம்! உடனே வரவும்' என்று ஒரு தந்தி கொடுத்திருந்தார். விழுந்தடித்துக்கொண்டு ஊருக்குச் சென்றான். இரண்டு வாரங்கள் கழித்து தேர்வு நாளன்று சோகமாக வந்தான்.

"என்னடா தாஜ்மஹால் தனியா இருக்கு?" என்றேன்.

"மோசம் போயிட்டேன்டா. ஊருக்குப் போனா, எங்கம்மா, விஷம் குடிச்சிடுவேன்னு வற்புறுத்தி எங்க மாமா பொண்ணை எனக்குக் கல்யாணம் பண்ணிவச்சிட்டாங்க!" என்றான். அழுது விடுவான் போலிருந்தது. "வாழ்க்கைன்னா இப்படித்தான் இருக்கும்" என்று, நான் என்னுடைய அதிமேதாவித்தனத்தை அறிவுரையாக மாற்றி அவனுக்குள் ஊற்றிக்கொண்டிருந்தேன்.

தேர்வு முடிந்து திசைக்கொருவராகப் பிரிந்து சென்றோம்.

பத்து வருடங்களுக்கு முன்பு தி.நகர் ரங்கநாதன் தெருவில் சண்முகசுந்தரத்தைப் பார்த்தேன். உடம்பெங்கும் ஊதிப்போய் ஆளே அடையாளம் தெரியவில்லை. அதே பழைய ஸ்டெப் கட்டிங்தான் அவனை இனம் காண உதவியது. கையைப் பிடித்துக்கொண்டு ரொம்பநேரம் பேசிக்கொண்டிருந்தான். கடந்தகாலத்தின் மூடுபனியை விலக்கி எங்கள் கல்லூரி நாட்களை மீட்டுருவாக்கம் செய்துகொண்டிருந்தோம்.

பேச்சின் ஊடாக ஒரு சந்தோஷமானத் தருணத்தில், "உன் நாப்பது லவ்வு என்னாச்சுடா?" என்றேன்.

வார்த்தைகளை மௌனத்தில் புதைத்துவிட்டு நடைபாதைக் கடைகளை வெறித்துக்கொண்டிருந்தான்.

ஏன்டா கேட்டோம் என்றாகிவிட்டது. ஒரு வழியாக உரையாடலை வேறு திசைக்கு மாற்றிக் கிளம்பும்போது "மச்சான்! முந்நூறு ரூபா இருக்குமா? குழந்தைக்கு பால் டப்பா வாங்கணும்" என்றான்.

நான் பர்ஸைப் பிரித்தேன்!

ஒரு ரூபாய் ரகசியம்

"ராமச்சந்திரனா?" என்று கேட்டேன்.
"ஆமாம்" என்றான்.
'எந்த ராமச்சந்திரன்?'
என்று நான் கேட்கவும் இல்லை!
அவன் சொல்லவும் இல்லை!!

– கவிஞர் நகுலன்.

பாறையில் மோதும் மேகங்கள், நீர்த்துளிகளாகச் சிதறி சூன்யத்துக்குள் பயணிக்கும் மலைக்குடில் ஒன்றில், சீடர்கள் மூவர் குருவிடம் கேட்டனர்; "கடவுளை மனதால் நெருங்குவது எப்படி?"

உள்ளிழுத்த காற்றை லயமாய் வெளியனுப்பி குரு பதில் சொன்னார்; "உங்கள் மனதின் எண்ணங்களை ஒரு சில நொடிகள் உற்றுப் பார்த்து, தோன்றியவற்றை எழுதிக்கொண்டு வாருங்கள்!"

முதல் சீடன் எழுதினான், 'பலாமரத்திலிருந்து உதிரும் இலைகள், வருத்தம் எதுவுமில்லை!'

இரண்டாம் சீடன் எழுதினான், 'கதவு திறந்த பின், அறையின் இருட்டிடம் வெளிச்சம் பேசும் ஓசை!'

மூன்றாம் சீடன் எழுதினான், 'குளிர், தேநீர், எதிர் வீட்டுப் பெண், எப்போதோ குடித்த மது, தற்கொலை, மலைப்பாதை நாய், குருவுக்கு ஒன்றரைக்கண், கூர் தீட்டாத பென்சில்!'

மூன்றையும் படித்த குரு புன்னகையுடன் சொன்னார்... "கடவுளை மனதால் அடைவது அத்தனை எளிதல்ல. ஏனெனில் மனம் என்பது பைத்திய எண்ணங்களின் தொகுப்பு! காற்றில் மிதக்கும் தூசிகளுக்கு திசை என்பது இல்லை!"

இந்த குருவுக்கும் சீடர்களுக்கும் இடையிலான உரையாடலைப்போல, உலகில் மிகவும் சிக்கலானதும், புரிந்துகொள்ள முடியாததும் எது? ஒரு ஐந்து நிமிடம் ஆழ்மனதை உற்றுப் பார்த்து, என்னென்ன நினைக்கிறோமோ அவற்றை எல்லாம் ஒரு காகிதத்தில் எழுதிவைத்துப் படித்துப் பார்த்தால் நம்மீதே நமக்கு பயம் வந்துவிடும். வாழ்வின் ஆகச்சிறந்த புதிரை, மனமென்னும் கடலுக்குள் மீண்டும் மீண்டும் மோதி உடையும் அலைகளே தோற்றுவிக்கின்றன.

என் அப்பாவுக்கும் லட்சுமணனுக்கும் இருந்த உறவைப் பற்றி நினைக்கையில், 'இரண்டு மனித மனங்கள் தங்களுக்குள் ஆடிய சூதாட்டம்' என்றே அதைச் சொல்லத் தோன்றுகிறது. அப்பாவும் லட்சுமணனும் சந்தித்துக்கொள்ளும் அய்யம்பேட்டையில் ஒரு டீக்கடை இருந்தது. காஞ்சிபுரத்தைச் சுற்றி உள்ள நிறைய ஊர்களின் பெயர்கள் பேட்டை என்றே முடியும். நத்தப்பேட்டை, நசரத்பேட்டை, முத்தியால்பேட்டை, கருக்குப்பேட்டை, ஏகனாம்பேட்டை, ராஜாம்பேட்டை, ஒலி முகமது பேட்டை என நாங்கள் அனைவரும் கோட்டைக்குள் வாழாவிட்டாலும் பேட்டைக்குள் வாழ்ந்தோம். அய்யம்பேட்டையை 'கிராமங்களின் அண்ணன்' என்று சொல்லலாம்.

கிராமமும் அல்லாத, நகரமும் அல்லாத ஓர் ஊர். இரண்டு சைவ ஓட்டல்கள்; நாலைந்து வீர அசைவ புரோட்டாக் கடைகள்; டிஸ்கோ சிகை அலங்காரங்களுடன் கமல், ரஜினி படம் வரைந்த முடித்திருத்தகம்; எப்போது சென்றாலும் யாராவது ஒருவர் தும்மிக்கொண்டிருக்கும் மாவு மில்; காற்றின் திசையெங்கும் மருந்து வாசம் பரப்பும் அரசாங்க மருத்துவமனை; காட்டன் புடவைகளும் சீட்டித் துணிகளும் விற்கும் ஜவுளிக்கடை (ஸ்தாபிதம் 1932); 'மருதமலை மாமணியே' என இரவுக்காட்சிக்கு அழைக்கும் சீதாலட்சுமி டாக்கீஸ்... என சுற்றி உள்ள பேட்டைகளின் பொருளாதாரமும், பொழுதுபோக்கும் அய்யம்பேட்டையைச் சார்ந்தே இருந்தன.

அய்யம்பேட்டையிலிருந்து எங்கள் ஊர் மூன்று கிலோ மீட்டர். தினமும் காலையில் எழுந்ததும் அப்பா, சைக்கிள் எடுத்துக்கொண்டு அய்யம்பேட்டை சென்று வருவார். அங்கு ஒரு தேநீர்க் கடையில் நாளிதழ்களைப் படித்துவிட்டு, வீட்டுக்கு வந்து குளித்துவிட்டு, அவர் ஆசிரியராகப் பணியாற்றும் பள்ளிக்குச் செல்வது வழக்கம்.

சிறுவயதில், ஒரு ஞாயிற்றுக்கிழமை, நானும் அப்பாவுடன் அய்யம்பேட்டை சென்றேன். தேநீர்க் கடையில் சென்று மர பெஞ்சில் அமர்ந்ததும், அப்பாவுக்கென காத்திருந்ததுபோல் எதிரிலிருந்த சலூனிலிருந்து லட்சுமணன் ஓடி வந்தார். அழுக்கு வேட்டி, சாயம்போன சட்டை, காலிலிருந்த செருப்பில் வார் அறுந்து சணல்கயிற்றால் கட்டப்பட்டிருந்தது. அப்பாவைவிட நாலைந்து வயது அதிகமிருக்கும். அவரைப் பார்த்ததும் அப்பா, "மூணு டீ" என்றார். தேநீர் குடித்து முடிக்கும்வரை இருவரும் எதுவும் பேசிக்கொள்ளவில்லை. கிளம்பும்போது அப்பா அவரிடம் ஒரு ரூபாய் கொடுக்க, வாங்கிக்கொண்டு "வர்றேன் வாத்தியாரே" என்று விடைபெற்றார்.

அடுத்த நாளும் அப்பாவுடன் செல்ல வேண்டிய வேலை இருந்ததால் அய்யம்பேட்டை சென்றோம். அதே தேநீர்க் கடை, அதே லட்சுமணன், அதே 'மூணு டீ', கிளம்பும்போது ஒரு ரூபாய். 'வர்றேன், வாத்தியாரே'. வீட்டிற்குத் திரும்புகையில் அப்பாவிடம் கேட்டேன்.

"யாருப்பா அவரு?"

"பேரு லட்சுமணன். ஊரு நத்தப்பேட்டை!"

"அவருகிட்ட நீங்க கடன் வாங்கியிருக்கீங்களாப்பா?"

"இல்லை."

"அவரு உங்க ஃபிரெண்டா?"

"இல்லை!"

"நம்ம தூரத்துச் சொந்தக்காரரா?"

"இல்லடா... எதுக்குக் கேக்குறே?"

"பின்ன எதுக்கு தெனமும் ஒரு ரூபா கொடுக்குறீங்க?"

"பழக்கமாயிடுச்சுப்பா. வந்து நிப்பாரு. கொடுப்பேன்!"

"எவ்வளவு நாளா கொடுக்குறீங்க?"

"நாலு வருஷத்துக்கு முன்னாடி ஒருநாள் 'பசிக்குது'ன்னு சொன்னாரு. ஒரு ரூபா கொடுத்தேன். தெனமும் வருவாரு. பாவம்டா!"

"அதுக்காக... ஒரு ரூபாவா கொடுப்பாங்க?"

"இதெல்லாம் உனக்குப் புரியாது. உன் வேலையைப் பாரு" என்றார் கோபத்துடன்.

என்னால் தாங்கிக்கொள்ள முடியவில்லை. அந்நாட்களில் ஒரு ரூபாய்க்கு, நூறு 'ஒரு காசு தவிட்டு பிஸ்கெட்டுகள்' வாங்கலாம். இடைவேளையில் முறுக்குடன் படம் பார்க்கலாம். நான் ஆசையாய் ஹார்லிக்ஸ் பாட்டிலில் வளர்க்கும் மீன் குஞ்சுகளுக்கு மாசம் முழுக்க தீனி போடலாம். இந்த அப்பா யாரோ தெரியாத ஒருவருக்கு ஒரு ரூபாய் தினம் தினம் கொடுக்கிறாரே என்று கோபம் கோபமாக வந்தது.

வீட்டுக்கு வந்ததும் அப்பாவின் ஒரு ரூபாய் ரகசியத்தை எல்லாரிடமும் சொன்னேன். ஒரு ரூபாய்க்கு பாட்டில் நிறைய கடலை எண்ணெய் வாங்கலாம்; நான்கு முழம் மல்லிப்பூ வாங்கலாம்; மாங்காய் வாங்கி ஊறுகாய் போட்டால் ஒரு வாரம் வரும்; வீட்டிலும் கோபப்பட்டார்கள். அப்பா இப்போது ஒருமையிலிருந்து பன்மைக்கு மாறினார்.

"இதெல்லாம் உங்களுக்குப் புரியாது... உங்க வேலையைப் பாருங்க!"

அடுத்த நாளிலிருந்து அப்பா அய்யம்பேட்டை கிளம்பும் போதெல்லாம், "கடன்காரன் காத்துக்கிட்டிருப்பான்ல... அதான் கெளம்பிட்டாரு..!" என்பார்கள் வீட்டில். அப்பா காதில் வாங்காததுபோலச் சென்றுவிடுவார்.

அப்பாவுக்குக் காய்ச்சல் வந்து படுத்திருந்தால் என்னிடம் காசு கொடுத்து அனுப்புவார். நான் மறுப்பேன். "வாத்தியாரு கொடுத்தாருன்னு கொடு" என்று எதிர்வீட்டுப் பையனை அனுப்புவார்.

சிலவேளைகளில், "நேரமாச்சு வாத்தியாரே, வேலை இருக்கு. சீக்கிரம் கொடு" என்று அப்பாவை லட்சுமணன் மிரட்டுவதும் நடக்கும். "இருப்பா... சில்லறை மாத்தணும்" என்பார் அப்பா அப்பாவியாக.

அப்பாவுக்கும் அவருக்கும் இடையில் இருந்தது என்ன பந்தமா? நட்பா? நெருங்கிய உறவா? தன்னைச் சார்ந்து ஒருவன் இருக்கிறான் என்கிற முதலாளித்துவ மனோபாவமா? அப்பாவுடன் பிறந்தவர்கள் பெண்கள்தான். சிறுவயதில் அப்பாவுக்கு முன்பு பிறந்த அண்ணன் இறந்து விட்டாராம். இன்னொரு அண்ணனாய் இவரைப் பார்த்தாரா? இதுவரை புரியாத புதிர் அது. அந்த லட்சுமணன் கோட்டை சீதை தாண்டி இருக்கலாம். கடைசி வரை இந்த லட்சுமணன் கோட்டை அப்பா தாண்டியதே இல்லை.

பின்னாட்களில் அப்பா, திருவள்ளூருக்கு மாற்றலாகிச் சென்றபோது நான் காஞ்சிபுரம் பச்சையப்பன் கல்லூரியில் இளங்கலை படித்துக்கொண்டிருந்தேன். ஒருமுறை அதே தேநீர்க் கடையில் லட்சுமணனைப் பார்த்தேன். "வாத்தியாரு நல்லா இருக்காரா?" என்றார்.

"நல்லா இருக்காரு" என்று சொல்லிவிட்டு, சட்டைப் பையிலிருந்து ஐந்து ரூபாய் எடுத்துக்கொடுத்தேன். வாங்க மறுத்து, விலகிச் சென்றார்.

ஒருநாள் அவர் பாம்பு கடித்து இறந்த செய்தி கேள்விப்பட்டு, லட்சுமணனின் முகவரி விசாரித்து நானும் அப்பாவும் சென்றோம்.

சாணித்தரை மெழுகிய கூரைவீடு. வாசலில் பிணத்தைக் கிடத்தியிருந்தார்கள். வைக்கோலை எரிய வைத்து அந்தத் தீயில் சூடேற்றி பறையடித்துக் கொண்டிருந்தார்கள். ஆங்காங்கே சாவுக்கு வந்த உறவினர்களின் குழந்தைகள் விளையாடிக்கொண்டிருக்க, ஒருசிலர் சாப்பாட்டுக்கடையை நோக்கி, யாருக்கும் சொல்லாமல் மெல்ல மெல்ல நழுவிக் கொண்டிருந்தார்கள்.

அப்பா வாங்கி வந்த 'ரோஜாவும் சம்பங்கியும் ஜரிகையில் சிறைப்பட்ட மாலையை' லட்சுமணன் கழுத்தில் போட்டுவிட்டு நானும் அப்பாவும் நிமிர்ந்து பார்த்தோம்.

பிணத்தின் நெற்றியில் ஒரு ரூபாய்!

$(A+B)^2 = A^2 + B^2 + 2AB$

பாஷை என்பது வேட்டைநாயின் கால்தடம்;
கால்தடத்தை நாம் உற்றுப் பார்க்கும்போது,
வேட்டைநாய் வெகு தூரம் போயிருக்கும்!

– சுந்தர ராமசாமி

குழந்தைகள் கடவுளிடம் சென்று கேள்வி கேட்டன.

'நிறம் என்றால் எப்படி இருக்கும்?'

கடவுள், மஞ்சள் வெயிலுடன் மழையைக் குழைத்து வானவில் வரைந்து அனுப்பினார்!

'இசை என்றால் என்ன?'

விடியலின் லயமான நிசப்தத்தில் பெயர் தெரியாத பறவைகளை பண் இசைக்க அனுப்பினார்!

'வாசனை பற்றி விளக்கமுடியுமா?'

பள்ளத்தாக்கு முழுக்க பூத்த பூக்களை பரிசாக அனுப்பினார்!

'இன்பம் பற்றிச் சொல்லமுடியுமா?'

நிலா காயும் இரவுகளில் கிண்ணம் நிறைய பால்சோற்றுடன் அம்மாக்களை அனுப்பினார்!

கடைசியாக ஒரு குழந்தை, *'துன்பம் என்றால் என்ன?'* என்று கேட்டது.

கொஞ்சநேரம் யோசித்த கடவுள், கையில் பிரம்புடன் கணக்கு வாத்தியார்களை அனுப்பினார்!

அன்று முதல் இன்று வரை, குழந்தைகளின் கனவுகளில்

சாக்பீஸ் துண்டுகளுக்கு பற்கள் முளைத்து கணக்கு வாத்தியார்களை மென்று தின்றுகொண்டிருக்கின்றன. கணக்கு வாத்தியார்கள் கையில் ஸ்கேலை வைத்துக்கொண்டு, முக்கோணத்தின்மேல் முனையிலிருந்து இடதுபுறமாக சாய்கோணத்தில் பதினைந்து சென்டிமீட்டருக்கு கோடுபோடச் சொல்கிறார்கள். குழந்தைகள் நூறு மீட்டர் நீளமாகக் கோடு போட்டு, விளையாட்டு மைதானத்துக்கு ஓடிவிடுகிறார்கள்.

எல்லாக் குழந்தைகளையும்போலவே, கணக்கில் புலியாக இல்லாமல் பூனையாகவே என் பால்யம் கழிந்தது.

நான் வரையும் வட்டங்கள், விபத்தில் சிக்கிய சைக்கிள் டயரைப்போல நசுங்கியிருக்கும். சதுரங்கள், சம்மணக் கால் போட்டு செவ்வகமாகியிருக்கும். காம்பஸின் கூரிய இரும்புமுனை, காகிதத்தில் கால் ஊன்றி, பென்சில் சுற்றிவரும் போதெல்லாம் செக்குவண்டியில் பொருத்தப்பட்ட மாட்டைப்போல என்னை உணர்வேன். பெரும்பாலும் என் ஜாமெட்ரி பாக்ஸில் கணக்குக்கு பதில் நாவல் பழங்களும் நெல்லிக்காய்களுமே குடியிருந்தன.

கோழிகளைக் கவிழ்க்கும் கூடைகளில் இருந்ததைவிட என் கணக்குநோட்டில் அதிக முட்டைகள் இருந்ததால், எங்கள் வீட்டுத்தோட்டத்தில் வெண்டைக்காய் செடிகள் வளர்க்க ஆரம்பித்தார்கள். வெண்டைக்காய், மூளைக்கு நல்லதாம். மூளை சுறுசுறுப்பானால், கணக்கு தானாக வருமாம்.

மண்ணில் பதியனிடப்பட்ட சின்ன கணக்கு வாத்தியாரைப் போல, வெண்டைக்காய் செடி வளர்ந்துகொண்டிருந்தது. கணக்கு வாத்தியாரின் குடையைப்போல வெண்டைக்காய்கள் காய்த்தன.

ஒரு சுபமுகூர்த்த நாளில், வெண்டைக்காயைச் சமைத்துக் கொடுக்க, அதன் கொழகொழத் தன்மை தொட்டவுடன் பிடிக்காமல்போனது. அன்று முதல் கணக்குக்கு அடுத்து வெண்டைக்காயும் எதிரியானது!

கணக்குடன் குத்துச்சண்டை போட்டுக்கொண்டே பத்தாம் வகுப்புவரை வந்துவிட்டேன். தன் முயற்சியில் சற்றும் மனம் தளராத விக்ரமாதித்தனைப்போல, என் அப்பா என்னை ஒரு மாஸ்டரிடம் டியூஷனுக்கு அனுப்பினார்.

அவர் பெயர் 'நடராஜன்' என்று வைத்துக்கொள்வோம். நடராஜன் மாஸ்டர், அரசுக் கல்லூரியில் கணக்குப்

பேராசிரியராக இருந்து ஓய்வு பெற்றவர். அறுபதுகளின் மத்தியில் வயதும், ஆறடி உருவமும், அதற்கேற்ற உடலும் கொண்டவர்.

என் அப்பாவுக்கு நடராஜன் வாத்தியார்தான் கணக்கு சொல்லிக் கொடுத்தாராம். எங்கள் ஊரில் ஏறத்தாழ எல்லாப் பையன்களும், அவர்களின் அப்பாக்களும் அவரிடம் கணக்குப் பாடம் கற்றவர்களே!

பெருமாள்கோயிலுக்கு அருகில் அவருடைய வீடு இருந்தது. கோயில் மதில்-சுவரின் கடைசி முனை வரை மாணவர்களின் மிதிவண்டிகள் நிற்கும். முன்புறம் திண்ணை வைத்த நீளமான வீடு. வாசலில் இருந்து பார்த்தால், இருட்டுப் பிராகாரங்களைத் தாண்டி, தூரத்தில் தோட்டத்தில் மஞ்சள் வெளிச்சத்தில் துளசிமாடம் தெரியும். முன்பக்க அறையிலேயே டியூஷன் நடக்கும். மற்ற அறைகள், புரியாத கணக்குகளைப் போல மூடியேகிடக்கும்.

அதிகாலையில் எழுந்து, நெற்றி நிறைய விபூதி பூசிக்கொண்டு டியூஷன் எடுக்க ஆரம்பிப்பார். காலையில் ஆறிலிருந்து ஏழு வரை பத்தாம் வகுப்பு, ஏழிலிருந்து எட்டு வரை பிளஸ் 2 பையன்கள், எட்டிலிருந்து ஒன்பது வரை கல்லூரி மாணவர்கள், மாலை ஆறிலிருந்து எட்டு வரை பொறியியல் மாணவர்கள், எட்டிலிருந்து பத்து வரை உயர்கணிதம் படிப்பவர்கள் என டியூஷன் மாணவர்கள் குவிந்துகொண்டே இருப்பார்கள்.

நடராஜன் மாஸ்டர்தான் எங்களை கணக்கு என்ற யானைக்கருகில் அழைத்துச்சென்று, அதன் தும்பிக்கையைத் தைரியமாகத் தொடவைத்தார். "ஒண்ணும் பண்ணாது... பயப்படாதே" என்று, மேலே ஏற்றி அமர வைத்தார். உலகத்திலேயே சுலபமானது கணக்குப் பாடம்தான் என்று உணர வைத்தார்.

"பத்தாவது பப்ளிக் பரீட்சையில் கணக்குல யாரு நூத்துக்கு நூறு எடுக்குறானோ அவனுக்கு என் பொண்ணைக் கல்யாணம் பண்ணித் தர்றேன்!" என்று போட்டிபோட வைத்தார். நான் அறுபத்தைந்து மதிப்பெண் மட்டுமே எடுத்து, முப்பத்தைந்து மதிப்பெண் இடைவெளியில் அவருடைய பெண்ணை இழந்தேன். நான்கைந்து புத்திசாலி மாணவர்கள் நூற்றுக்கு நூறு எடுத்து, அவர் பொண்ணுக்கான சுயம்வரத்தில் நின்றார்கள்.

“பிளஸ் 2விலும் சென்டம் வாங்குடா... என் பொண்ணைக் கட்டித் தர்றேன்!” என்றார் புன்னகைத்தபடி. அவரது குடும்பம் சென்னையில் இருந்தது. எங்கள் ஊரில் தங்கி டியூஷன் எடுத்துக் கொண்டிருந்தார்.

‘அவருக்கு கடைசிவரை திருமணமே ஆகவில்லை... கணக்குக்காக தன் வாழ்வை அர்ப்பணித்து விட்டார்’ என்றும்; ‘கல்யாணம் ஆகிவிட்டது... அவருக்கு மூன்று அழகான பெண்கள்’ என்றும்; ‘பெண்கள் கிடையாது... ஒரே ஒரு பையன் அமெரிக்காவில் இருக்கிறான்’ என்றும் அவரது குடும்பத்தைப் பற்றிப் பலவிதமான வதந்திகள் உலவிக்கொண்டிருந்தன. நூற்றுக்கு நூறு எடுத்து அவருக்கு மருமகனாக முடியாதென்பதால் அந்த வதந்திகளில் நான் கலந்துகொள்வதில்லை.

நடராஜன் மாஸ்டருக்கு ஊரில் கடவுளுக்கு அடுத்த படியான மரியாதை இருந்தது. பெரும்பாலான ஊர்மக்களில் அவரிடம் படித்த மாணவர்கள் அதிகம் என்பதால், சாலையில் அவர் நடந்து சென்றால் மோட்டார் சைக்கிளில் செல்பவர்கள்கூட வண்டியை நிறுத்தி இறங்கி வணக்கம் சொல்வார்கள். பள்ளி முடிந்து கல்லூரியில் நான் வேறு பாடம் எடுத்ததால், கணக்கு டியூஷன் செல்லும் படலம் முடிந்தது. தங்கிய மரத்தைத் திரும்பிப் பார்க்கும் பறவைபோல, அவர் வீட்டுப்பக்கம் செல்கையில் அவர் ஞாபகம் வரும்.

கல்லூரியில் மூன்றாமாண்டு படித்துக்கொண்டிருக்கும் போது, நடராஜன் மாஸ்டர் தூக்குமாட்டிக்கொண்டு இறந்து விட்டார் என்றும், உடலை சென்னைக்குக் கொண்டு சென்றுவிட்டார்கள் என்றும் எனக்குத் தகவல் வந்தது. அவரது சென்னை முகவரி தெரியாததால் செல்ல முடியவில்லை.

நடராஜன் மாஸ்டரின் தற்கொலைக்கு நான்கு வெவ்வேறு விதமான காரணங்கள் சொல்லப்பட்டன. ஒன்று, அவரது மகள் யாருடனோ ஓடிவிட்டாள்; இரண்டு, அவருக்குத் தீராத வயிற்றுவலி; மூன்று, அமெரிக்காவில் இருக்கும் அவர் மகன் விபத்தில் இறந்துவிட்டான்.

நான்காவது காரணம் என்று ஒன்றைச் சொன்னார்கள்... நான் நம்பவில்லை.

‘இறப்பதற்கு முந்தையநாள், அடையாளம் தெரியாமல் இருப்பதற்காக மப்ளர் கட்டிக்கொண்டு, ‘பாவாடை கட்டிய

கிராமத்திலே' என்கிற மலையாளப்படத்தின் இரவுக்காட்சிக்குச் சென்றிருக்கிறார். இடைவேளையில், இவரைப் பார்த்துவிட்ட பழைய மாணவர்கள் சிலர், 'நடராஜன் சாருக்கு ஒரு பிட்டைப் போடே' என்று கிண்டல்செய்து சத்தம்போட்டிருக்கிறார்கள். மரியாதை தொலைந்த அவமானத்தில் தற்கொலை செய்துகொண்டார்!

நான்கு காரணங்களில் எது உண்மை என்று நடராஜன் மாஸ்டருக்கும், அவர் தூக்குப்போட்ட கயிறுக்கும் மட்டுமே தெரியும். கணக்கைப்போலவே அவரது வாழ்வும் புதிராகவே முடிந்தது!

பவழ நாட்டு இளவரசன்

வசந்தம் வந்தபோது
எத்தனை பேர் கோயிலில்...
இலையுதிர்காலத்தில்
கதவை மூடிய பிட்சு மட்டுமே!

– ஜென் தத்துவம்

எல்லா நாட்களுமே ஒன்றுபோல விடிவதில்லை. சில நாட்கள், இரவிலிருந்து உதிர்ந்து வெளிச்சத்துக்குள் விழும்போதே ஆசிர்வதிக்கப்பட்டு, ஆச்சர்யங்களையும் புதிர்களையும் அழைத்து வருகின்றன.

முப்பது வருடங்களுக்கு முன்பு அப்படிப்பட்ட ஒரு நாளின் காலையில், சிறுவர்கள் நாங்கள், எங்க ஊர் மைதானத்தில் கிட்டிப்புள் விளையாடிக்கொண்டிருந்தோம். வானத்தில் திசையற்ற திசையை நோக்கிப் பறந்துகொண்டிருந்த பறவைக்கூட்டம் ஒன்று, எங்க ஊர் மரங்களின் மீது வந்து அமர்ந்தது.

பறவைகளின் பாஷையை அறிந்த சிநேகிதன் ஒருவன், இரண்டு பறவைகள் தங்களுக்குள் பேசிக்கொண்டதை மொழி பெயர்த்துச் சொன்னான்.

பறவை ஒன்று: எதற்காக வழி மாறி இந்த ஊரில் தரை இறங்கியிருக்கிறோம்?

பறவை இரண்டு: இந்த ஊர் மக்களில் சிலர் அடுத்த மாதம் நடக்க இருக்கும் கோயில் திருவிழாவுக்காக தெருக்கூத்து

நடத்தப்போகிறார்கள். அதுவும் எப்படி? அவர்களே கூத்தில் நடிக்கப் போகிறார்கள்! அதற்காக செய்யாரிலிருந்து கூத்து வாத்தியார் ஒருவர் வசனங்களைக் கற்றுத் தர வரப்போகிறார். இனி வரும் முப்பது நாட்களும் பல கூத்துகள் இந்த ஊரில் நடக்கப் போகின்றன. பார்த்து விட்டுப் பறப்போம்.

முன்பக்க கண்ணாடிக்குக் கீழிருக்கும் இயந்திரங்கள் எல்லாம் வெளியே தெரியும்படி வெற்றி 'நடை' போட்டுக் கொண்டிருக்கும் 'கண்ணன் சர்வீஸ்' பஸ், வழக்கம் போல் டீசல் புகையும் புழுதியும் கலந்த விநோதமான ஒரு வண்ணத்தை புளியமர இலைகளுக்கும் மஞ்சள் பூக்களுக்கும் பரிசாகக் கொடுத்துவிட்டு, புளியமர ஸ்டாப்பில் நின்றபோது அதிலிருந்து ஆர்மோனியப்பெட்டியுடன் கூத்து வாத்தியார் கணபதி இறங்கினார்.

கணபதி வாத்தியார் பால்ய வயதிலிருந்து புரிசையில் தெருக்கூத்து கற்று தனியாக நாடகக் குழு நடத்திவருபவர். கூந்தல் வளர்த்து, குங்குமப்பொட்டு வைத்து, வயதிலும் தோற்றத்திலும் நடிகை காந்திமதிக்கு ஆண்வேடம் போட்டது போலிருந்தார். நாங்கள் அவரது ஆர்மோனியப் பெட்டியைத் தொடர்ந்தோம்.

"டே... குமாரு... இதுதாண்டா பாட்டுப் பெட்டி..!"

"எம்ஜியாரு பாட்டுப் பாடுமா?"

"நம்பியாரு வந்து சண்டை போட்ட பிறகு பாடும்..!"

கணபதி வாத்தியாருக்கு கோயிலையொட்டி தங்குவதற்கு ஏற்பாடானது. தினமும் ஒவ்வொரு நடிகரின் வீட்டில் சாப்பாடு. அன்றைய சாராயத்திற்கும் அவர்களே பொறுப்பு. இரவு எல்லாரையும் ஒத்திகைக்கு வரச் சொன்னார். இளைஞர்களும் நடுத்தர வயதினருமாக இருபது பேர் கூடியிருந்தனர். பெரும்பாலும் எல்லோரும் நெசவுத்தொழில் செய்பவர்கள். எழுதப் படிக்கத் தெரியாது. வாத்தியார் சொல்லச் சொல்ல, வசனங்களை மனப்பாடம் செய்யவேண்டும்.

கூத்து கற்பவர்களில் கிருஷ்ணன் மட்டும் படிக்கத் தெரிந்தவர். அந்தக் காலத்து மூன்றாம் வகுப்பு. சில வார்த்தைகள் தகராறு செய்தாலும், டீக்கடை பேப்பரின் உபயத்தால் தமிழ் எழுத்துகளுடன் இன்னமும் உறவு வைத்துக்கொண்டிருந்தார். கிருஷ்ணன்தான் கூத்தில் ராஜபார்ட் வேடம்.

தெருக்கூத்தின் தலைப்பு 'பவழநாட்டு இளவரசன் (அல்லது) வீரவர்மனின் வெற்றி'. ஒத்திகை தொடங்கியது. சாராய நெடி காற்றில் கலக்க வாத்தியார் சொல்லச் சொல்ல, வசனங்களை மனப்பாடம் செய்யவேண்டும். பள்ளிக்கூடத்தில் படிப்பவன் என்பதால் வசனங்களைப் படித்துக்காட்ட உதவிக்கு என்னையும் வரச்சொல்லியிருந்தார்கள். வசனங்களை நான் படிக்கப் படிக்க, நடிப்பவர் திரும்பச் சொல்லவேண்டும். 'அண்ட சராசரங்கள் நடுநடுங்க ஆட்சி செய்து வருகிறேன்' என்று நான் சொல்ல, 'அண்டா சரசாவுடன் நடுநடுங்க...' என்பார் நடிகர்.

கணபதி வாத்தியார் பபூன் வேடம் போடுபவருக்கு சினிமாப்பாட்டு மெட்டில் வேறு வேறு வார்த்தைகள் போட்டு சொல்லிக்கொடுப்பார். சொல்லி முடித்து, "பாடிக் காட்டுங்க, பார்ப்போம்" என்பார்.

"சோதனை மேல் சோதனை... சொறியச் சொறிய வேதனை..!", "குன்றத்திலே குமரனுக்கு நெஞ்சு வலி..."

"போதும்... போதும், மீதியை மேடையில் பாடலாம்..."

முப்பது நாளும் மூன்று நாள் போல ஓடின. திருவிழாவன்று அரங்கேற்றம் தொடங்கியது. சிறுவர்கள் மேடைக்குப் பின்னால் ஒப்பனை அறையைப் பார்க்க முண்டியடித்தோம். வசனத்தில் உதவி புரிந்ததால் எனக்கு மட்டும் அனுமதி கிடைத்து, மற்றவர்கள் கீற்று ஓலையின் ஓட்டைகள் வழியே பார்த்தனர்.

அம்மன் வலம் வந்து கோயிலில் அடங்கிய பின்னிரவில் கூத்து தொடங்கியது. ராஜபார்ட் வேடத்தில் கிருஷ்ணன் வெளுத்து வாங்கினார். பபூன் மேடை ஏறியபோது, சிறுவர்கள் முறுக்கு, பொரி உருண்டை மாலைகளையும், ஒரு சில விஷமக்காரச் சிறுவர்கள், குளத்தில் பிடித்த தவளைகளைக் காகிதத்தில் பொட்டலமாகக் கட்டிய மாலைகளையும் பபூனின் கழுத்தில் போட்டு குதூகலித்தார்கள். பபூன் சிரிக்க வைத்ததை விட, தோழியாக நடித்த லோகுவின் கொட்டாங்கச்சி மார்பு, தற்செயலாகக் கீழே விழுந்து உருண்டு ஓடியபோது கூட்டம் அதிகமாகச் சிரித்தது. ஒவ்வொரு நடிகரும் தோன்றும்போது மாமனார், மச்சான்கள் என மேடையேறி, அவர்களுக்கு மோதிரம், தங்கச்சங்கிலி அணிவித்து மரியாதை செய்தார்கள்.

"மந்திரியாரே... நாட்டில் மாதம் மும்மாரி பொழிகிறதா?"

"மாமனார் புண்ணியத்தில் மோதிரத்தோட பெய்யுது மகாராஜா!"

அடுத்தநாள், காலை மேடையைப் பிரித்து மாட்டு வண்டியில் ஏற்றும்போது, ஒப்பனை அறை, மண்ணில் உதிர்ந்த ஜிகினா துகள்களுடனும், வண்ண வண்ண சாயங்களுடனும் வசீகரம் இழக்காமல் இருந்தது.

ராஜபார்ட்டாக நடித்த கிருஷ்ணனை சினிமாவில் வாய்ப்புத் தேடி போகச்சொல்லி ஒரு சிலர் உசுப்பி விட, பின்னாட்களில் அவரும் கோடம்பாக்கம் சென்று டயர் செருப்பு தேயத் தேய வாய்ப்புத் தேடினார். கடைசியாக நடிகர் மோகன் மைக் பிடித்தபடி பாடிய ஒரு படத்தின் பாடல் காட்சியில் பார்வையாளர்களாக நடித்த துணை நடிகர்களுடன் எட்டாவது வரிசையில் பதின்மூன்றாவது ஆளாக முகம் காட்டி, இயக்குநர் சொன்னபோதெல்லாம் தலைக்கு மேல் கைகளைத் தூக்கிப் பாராட்டுவதுபோல கைதட்டி, உள்ளங்கைகள் சிவக்க கலைத் தாகம் தணிந்து ஊர் வந்து சேர்ந்தார். படம் வந்தபோது அவர் கைதட்டிய காட்சி எடிட்டிங்கில் கத்தரிக்கப்பட்டிருந்தது.

'பவழ நாட்டு இளவரசன்' மீண்டும் பட்டுத்தறி நெய்யச் செல்ல, பல வருடம் கழித்து நான் பாட்டு எழுதப் புறப்பட்டு வந்தேன்.

மழைக்கு ஒதுங்கும் மாடார்

வாழ்க்கை என்பது ஒரு மலையேற்றம். மலை ஏற ஏற ஒவ்வொன்றும் சிறியதாகி, அற்பமாகி, பார்வையை விட்டு மறைந்தபடி உள்ளன. ஏறி ஏறி உச்சியில் கால் வைத்ததும் மலையே அற்பமாகி மறைந்துவிடுகிறது. ஏறும்போதெல்லாம் நான் நான் என்று நாம் உணர்ந்த சுயமும் அற்பமாகிவிடுகிறது. எல்லாவற்றையும் அற்பமாக்கிவிடும் வானம் மட்டுமே எஞ்சுகிறது!

- ஜெயமோகன் ('காடு' நாவலிலிருந்து)

ஒரு நாளின் இருபத்தி நான்கு மணி நேரத்தில், எனக்கே எனக்கென்று நான் சேமித்து வைத்துக்கொள்வது அதிகாலை நேரங்களை மட்டுமே. அதிகாலையில் எழுந்து ஆளற்ற தெருவில் கொஞ்சநேரம் நடப்பேன். இரவின் தடயங்கள் ஒரு கறுத்த இலையைப்போல தெருவெங்கும் உதிர்ந்து கிடக்கும்.

பேப்பர்காரர்களும், டீக்கடைக்காரர்களும் துயிலெழுந்து அந்த நாளுக்கான பரபரப்பை ஆரம்பித்துவைக்க, சேவல் இல்லாத மாநகரத்துத் தெருவெங்கும் விட்டு விட்டு பேட்டரி குரலால் அலாரம் அடிக்கும். மாநகரத்துப் பள்ளிகள் ஏழு, எட்டு மணிக்கே திறந்து விடுவதால் பிள்ளைகளை எழுப்பி அலுவலகம் கிளம்ப ஆயத்தமாகும் பெற்றோருக்கான அலாரம்.

ஒரு குழந்தை, மூடிய தன் பிஞ்சு விரல்களைத் திறப்பதைப்போல, கிழக்கே சூரியன் அவிழத் தொடங்கும். நான் மொட்டை மாடியில் உஷ்ணம் உறைக்கும் வரை எழுதத் தொடங்குவேன். எழுதி முடித்துத் திரும்பிப் பார்க்கையில் தேநீர்க் கோப்பை சூடு ஆறியிருக்கும்.

சில மாதங்களாக என் அதிகாலை நேரங்கள் திருடு போகின்றன. எலி வளையில் சேமித்த நெல் மணிகளைக் கடப்பாரைகள் அபகரிப்பதுபோல, திடீரென்று எனது

அதிகாலையின் மேல் தாக்குதல்கள் நடக்கின்றன. நான் இழந்த நேரம் என்னைப் பார்த்து பரிதாபமாகச் சிரிக்கிறது. 'சினிமாக்காரர்களை அதிகாலையில் சென்றால்தான் பார்க்க முடியும் என்பது எழுதப்படாத விதி' என்று யாரோ ஒரு புண்ணியவான் சொல்லிப்போக, விடியலின் லயமான நிசப்தத்தில் என் வீட்டுக்கதவில் கைரேகைகள் பதிகின்றன.

முந்தின நாள், ஏதாவது ஒலிப்பதிவு முடிந்து பின்னிரவு மூன்று மணி வாக்கில்தான் படுத்திருப்பேன். ஐந்து மணிக்குக் கதவைத் தட்டி, "வணக்கம்! கவிஞர் இல்லம்தானே... நான் சேலத்திலிருந்து கவிஞர் மாம்பழதாசன்" என்று ஒரு குரல் நுழையும். செந்தமிழால் மிரண்டுபோய் மனைவி என்னை எழுப்புவாள்!

ஹாலுக்கு வந்துவிட்டால் வணக்கத்துக்குப் பிறகு ஆபத்து தொடங்கும்.

"நான் ஆயிரம் பல்லவி எழுதி வைத்திருக்கிறேன். கவிஞர் அதைப் படித்துப் பார்த்து கருத்துச் சொல்லணும்!"

"அப்படிங்களா" என்று பொதுவாகத் தலையாட்டுவேன்.

"ஒவ்வொன்றும் ஏவுகணை மாதிரி, ஏற்றிவிட்டால் சீறிப் பாயும்!"

என் 'அப்படிங்களா' தேய்ந்து "உம்" என்று சுருக்கமாக மாறும்.

"ஒன்று படிக்கிறேன், கேட்கிறீர்களா... சும்மா கேளுங்க, குயிலுன்னா கறுப்பு... செம்பருத்தி செவப்பு!"

இந்த மாதிரி பாடல்கள் 'எப்பவும் அவ நினைப்பு' என்று முடியும். வலிக்காமல் பக்குவமாகச் சொல்லி எப்படி இவரை அனுப்பி வைப்பது? அதற்குள் அவர் அடுத்த ஏவுகணையை வெளியில் எடுப்பார்.

"இதெல்லாம் என்னுடைய கவிதைத் தொகுப்புகள். மொத்தம் பதிமூணு வந்திருக்கு. எல்லாமே நூலகத்தில் இருக்கு!"

மெல்ல குரலைச் செதுக்கிக்கொண்டு, "நீங்க நிறைய படிக்கணும். கவிதை இப்போ நவீன கட்டத்துக்கு வந்திருச்சு. மொழியும் பாம்பு மாதிரிதான். சட்டை உரிச்சுக்கிட்டே இருந்தாதான் நிக்க முடியும். சங்க இலக்கியம் தொடங்கி சாருநிவேதிதா வரைக்கும் படிக்கணும்!" என்பேன்.

நினைவோ ஒரு பறவை ❖ 97

என்னுடைய ‘அப்பமடீங்களா’வை அவர் எடுத்துக் கொண்டு, “அப்பமடீங்களா” என்பார்.

“கவிதை மட்டுமல்லாம நாவல், சிறுகதை, கட்டுரைன்னு நிறைய படிக்கணும். இப்ப அ.முத்துலிங்கம்னு...” என்று ஆரம்பிப்பேன்.

“தெரியும்! நம்ம சண்முகா ஃபிலிம்ஸ் மேனேஜர்தானே” என்பார்.

உரையாடல் அந்தக் கணத்தில் முடிவுற்று, காபி கொடுத்து அவரை வழியனுப்புவேன். என் தூக்கத்தை ஜிப்பா பாக்கெட்டில் செருகி வைத்துக்கொண்டு துக்கத்துடன் வெளியேறுவார்.

சில வாரங்களுக்கு முன்பு, ஒரு அதிகாலையில் மீண்டும் என் வீட்டுக் கதவில் கைரேகை பதிந்தது. ஒரு பாடலின் பல்லவி தடைபட்டு நானே கதவைத் திறந்தேன். பதினேழு வயது மதிக்கத்தக்க பையன் ஒருவன் இருந்தான். கையில் ஒரு டிரங்குப் பெட்டி, கசங்கிய உடைகள்.

“வணக்கம்ணே... என் பேர் பாண்டித்துரை!”

“சொல்லுங்க... என்ன வேணும்?”

“மதுரைக்குப் பக்கத்திலேர்ந்து வர்றேன். நல்லா கவிதை எழுதுவேன். உங்ககிட்ட முன்னுரை வாங்கணும்!”

எனக்குக் கோபம் கோபமாக வந்தது. கோயம்பேட்டில் பேருந்தை விட்டு இறங்கி நேராக என் வீட்டை நோக்கி படையெடுப்பு. இவன் வயதில் நான் இப்படி எழுத்தாளர்களைத் தேடி ஊர் ஊராக அலைந்த காலங்கள் ஞாபகம் வர, கோபத்தை அடக்கிக்கொண்டு உள்ளே அழைத்துச் சென்றேன். அரைஞாண் கயிற்றிலிருந்து சாவி எடுத்து டிரங்குப் பெட்டியைத் திறந்து, பழுப்பேறிய மஞ்சள் நோட்டு ஒன்றை எடுத்துக் கையில் கொடுத்தான்.

“இதெல்லாம் என் கவிதைங்க. உங்க முன்னுரை வேணும்!”

“கவிதை எனக்குப் பிடிச்சாதான் முன்னுரை எழுதுவேன். வேற யார்கிட்டேயாவது வாங்கிக்கங்க தம்பி!” என்றேன்.

“இல்லண்ணே, உங்க பாட்டுன்னா எனக்கு ரொம்பப் பிடிக்கும். கவிதையைப் படிச்சுப் பாருங்க. பிடிக்கலைன்னா கொடுத்திடுங்க!” –குரல் கம்மி அழத் தொடங்கிவிடுவான் போலிருந்தது.

"சரி, அடுத்தவாரம் வாங்க!" என்று வழியனுப்பிவைத்தேன்.

மறுநாள் இரவு, அந்த நோட்டைப் பிரித்துப் படிக்கத் தொடங்கினேன். பெரும்பாலும் காதல் கவிதைகள்.

'நீ தனியா வரலன்னா தண்டவாளத்தில் தலை வைப்பேன்' ரகத்தைச் சேர்ந்தவை.

சட்டென்று ஒரு கவிதை என்னைச் சலனப்படுத்தியது. மழைக்கு ஒதுங்கும் மாடுகளைப் பற்றி எழுதியிருந்தான். கவிதை மிகப் பிரமாதமாய் வந்திருந்தது. மேற்குத் தொடர்ச்சி மலையும், மாடுகளின் கொம்புகளுமாக கவிதையில் ஒரு மண் கவுச்சி வாசம் அடித்தது. பிரமாதமாய் வரக்கூடிய கவிஞன் என்று மனதுக்குப் பட்டது. வெட்சித் திணையில் ஆரம்பித்து, மாட்டுக்கும் இலக்கியத்திற்குமான உறவுகளைக் கோடிட்டுக் காட்டி, தமிழ்க் கவிதையுலகில் அவன் பங்கை 'காக்கைப் பாடினியார்' போல, 'மழைக்கு ஒதுங்கும் மாடார்' எனக் குறித்து ஒரு முன்னுரை எழுதி முடித்தேன். குறைந்தபட்சம் ஒரு ஐம்பது பேரிடமாவது அந்தக் கவிதையைச் சிலாகித்துச் சொல்லிக்கொண்டிருந்தேன்.

அடுத்தவாரமும் அதிகாலையில் வந்தான். உள்ளே அமர வைத்து தேநீர் கொடுத்து மாட்டைப் பற்றிய கவிதையைச் சிலாகித்துச் சொன்னேன். தலைகுனிந்தபடி அமர்ந்திருந்தான்.

"வாழ்ந்து பார்த்தவனாலதான் இப்படி எழுத முடியும். காதல் கவிதையை விட்டுட்டு இந்த மாதிரி அனுபவங்களைப் பதிவு செய்யுங்க!" என்றேன்.

"எங்க வீட்ல நாலு மாடு இருக்குங்க. ஒசந்த ஜாதி மாடுங்க. மலையடிவாரத்துக்கு ஓட்டிட்டுப் போய் நான்தான் மேய்ப்பேன். அப்பா குடிப்பாருங்க. கள்ளச்சாராயம் குடிச்சிட்டு எங்கேயாவது கருவேலம் புதர்ல விழுந்து கிடப்பாரு. மாட்டை வச்சுத்தாங்க எங்க பொழப்பு. படிப்பு ஏறல, மேல படிக்கவைக்க எங்க வீட்லயும் வசதி இல்ல. சின்ன வயசுலே இருந்தே ஏதாவது கிறுக்கிட்டிருப்பேன். அதான் உங்களை மாதிரி பாட்டெழுதி பொழைக்கலாம்னு தோணிச்சு. அதுக்கு மொதல்ல புஸ்தகம் போடணும்னு சொன்னாங்க. அதான் வந்தேன்.." – மாநகரத்து மூக்கணாங்கயிறு இன்னமும் தன் மேல் பதியாத துள்ளலுடன் சொல்லிக்கொண்டிருந்தான்.

'தீயைத் தீண்டாமல் உணர முடியாது' என்று எண்ணி நான் மௌனமாக இருந்தேன். முன்னுரையை கண்கள் கலங்க

படித்து முடித்து விடைபெற்றுப் போனான். சில நாட்கள் கழித்து மீண்டும் ஒரு அதிகாலை என் வீட்டுக் கதவு அதிர்ந்தது. திறந்தேன். மழைக்கு ஒதுங்கும் மாடார்!

"வாங்க தம்பி!" என்றேன்.

"புஸ்தகம் வந்திருச்சிங்க. மொதல் புஸ்தகம் உங்களுக்குக் கொடுக்கலாம்னு…" வழவழ தாளில் அச்சிடப்பட்டிருந்தது. வண்ணத்துப்பூச்சியின் இறகைப்போல அட்டை வண்ணங்கள் இயல்பாக சங்கமித்திருந்தன. பைண்டிங் வாசனையுடன் மெழுகுவர்த்தியைத் தடவுவதைப்போல அட்டை.

"மருது வரைஞ்சதுங்க" என்றான்.

ஆச்சர்யத்துடன் நிமிர்ந்தேன்.

"கணையாழி, காலச்சுவடெல்லாம்கூட படிப்பேங்க. ஊர்ல ஒரு சிறு பத்திரிகை தொடங்கி மூணாவது இதழ்லயே நின்னுடுச்சி!"

அவன்மேல் கொஞ்சம் மரியாதை வந்தது. "நல்லா வந்திருக்கு, எந்த பதிப்பகம்?" என்றேன்.

"நானேதாங்க போட்டேன்."

"அப்படியா? நிறைய செலவாயிருக்குமே?"

"ஆமாங்க…"

"எப்படி சமாளிச்சீங்க?"

"நாலு மாடு இருந்துச்சின்னு சொன்னேன்ல… அதுல ரெண்ட வித்துட்டேன்!"

"அடப்பாவி!" என்றபடி புத்தகத்தைக் கீழே போட்டேன். அதன் மெழுகு அட்டையில் இரண்டு மாடுகளின் கொம்புகள் முளைத்திருந்தன. அவனை அடிப்பதைப்போல முறைத்தேன். அப்பாவியாக புன்னகைத்துக்கொண்டிருந்தான்.

"ஆத்தாதான் அழுதுக்கிட்டிருந்துச்சு. அதெல்லாம் பாத்தா முடியுங்களா? அடுத்த வாரம் ஊர்ல வெளியீட்டு விழா வச்சிருக்கேன். நீங்கதான் வெளியிடணும்!"

"இல்ல, என்னால முடியாது!" என்றேன் தீர்மானமாக. என் அனுமதி இல்லாமல் அச்சிடப்பட்டிருந்த அழைப்பிதழைக் காட்டினான். என் பெயர் கொட்டை எழுத்துகளில் இருந்தது.

"நீங்க வருவீங்கன்னு போட்டுட்டேன். தயவுசெஞ்சு வரணும். இல்லேன்னா அவமானமா போயிடும்!" –அவன் கெஞ்சுவதைப் பார்க்கப் பாவமாய் இருந்தது.

மேற்குத்தொடர்ச்சி மலை அடிவாரத்தில் அவன் கிராமம் ஒரு திருவிழாவைப்போல மாறியிருந்தது. ஸ்பீக்கர் கட்டி, சினிமாப் பாடல் போட்டு, ஒரு திறந்தவெளி மேடை. ஷாமியானா பந்தல். பெயர் எழுதி நம்பர் போட்ட இரும்பு நாற்காலிகள்... மொய் எழுதுவதைப்போல உறவினர்கள் ஒவ்வொருவராக மேடைக்கு வந்து பொன்னாடை, கைக்கடிகாரம், மோதிரம் என்று அந்த ஊர்க் கவிஞனை அமர்க்களப்படுத்திக் கொண்டிருந்தார்கள்.

மேடையிலிருந்து பார்க்கையில் காலி இரும்பு நாற்காலிகளைச் சுற்றி பட்டுப்பாவாடையுடன் சில சிறுமிகள் விளையாடிக் கொண்டிருந்தார்கள். கூட்டம் முடிந்ததும் அனைவருக்கும் ஆடு வெட்டி விருந்து தயாராகிக் கொண்டு இருந்தது.

காரில் ரயில்வே ஸ்டேஷன் வரை அழைத்து வந்து என்னை வழியனுப்பினான். "உங்க பேச்சு ரொம்ப நல்லா இருந்துச்சு. பத்திரிகை நிருபருங்க நிறைய பேரு வந்தாங்க! சீக்கிரம் சினிமாவுல நானும் சாதிப்பேன்ங்க. ரொம்ப நன்றிங்க!" என்றான் கையைப் பிடித்துக்கொண்டு.

"கல்யாணம் நடத்துற மாதிரி விழாவை தடபுடல் பண்ணிட்டீங்க. கடன், கிடன் வாங்கினீங்களா?" என்றேன்.

"இல்லீங்க... மீதி ரெண்டு மாட்டையும் வித்துட்டேன்!"

என்னைப்போல அதிர்ந்து ரயில் கிளம்பி நான்கு மாடுகளின் கொம்புகளுடன் சென்னையை வந்தடைந்தது. அதற்குப் பிறகு நேற்று காலை வரை யார் யாரோ அதிகாலையில் கதவைத் தட்டுகிறார்கள். அவன் மட்டும் வரவேயில்லை!

காயத்ரியின் கதை

உன் பார்வை கட்டிய வெள்ளி மணிகளின் கிண்கிணியோடு எனக்குள் ஒரு சிற்பக் கதவு மெல்லத் திறக்கிறது!

- எழுத்தாளர் லா.ச.ரா.

பெயர் தெரியாத பறவை ஒன்று காயத்ரி ஜெபம் உச்சரிக்க, கிராமம் கண் விழித்தது. அதிகாலையின் ரேகைகள் மெல்ல மெல்ல இரவின் கறுத்த விரலிலிருந்து விடுபடத் தொடங்கின.

வயல்வெளிகளில் கொக்குகள் பூக்கத் தொடங்க, சோளக்காட்டு பொம்மைகள் நனைந்த வைக்கோல் உடம்புடன் இன்னுமொரு நாளுக்கான பறவை விரட்டலை ஆரம்பிக்கத் தொடங்கின.

கிழக்கே வாழைத் தோட்டங்களுக்கு மேலாக சூரியன் எட்டிப் பார்க்கிறது.

பம்பு செட்டுகளில் குளித்துக்கொண்டிருக்கும் இளைஞர்கள் சூரியனைப் பார்த்து, 'என்னப்பா இன்னிக்கு ரொம்ப லேட்டா வர்றே?' என்கிறார்கள்.

சூரியன் செஞ்சிவப்பிலிருந்து மஞ்சள் வெளிச்சத்துக்கு மாறியபடி, 'கொஞ்சம் கண் அசந்துட்டேன்! அது சரி, காயத்ரி வந்தாச்சா?' என்கிறது. 'வர்ற நேரம்தான்' என்றபடி கண்களில் ஆர்வம் மினுங்க தோளில் துண்டோடு இளைஞர்கள் வரப்புகளின் வழியாக நடக்கத் தொடங்குகிறார்கள்.

வேப்ப மரமும் ஒரு டீக்கடையும் இருக்கும் கிராமத்தின் பேருந்து நிறுத்தம். நன்றாக பார்வைக்குத் தெரியும்படியான ஒரு கோணத்தைத் தேர்ந்தெடுத்துக்கொண்டு, அடிக்கடி மறைக்கும்

மேகங்களைக் கடிந்தபடி, 'காயத்ரி இப்ப வந்திருவா' என்று தனக்குள் பேசிக்கொண்டு சூரியன் காத்திருக்க ஆரம்பித்தது.

எங்கள் கிராமத்தின் ஒரே ஓர் அழகி, காயத்ரி! அழகு என்றால் அப்படி ஓர் அழகு. கடவுள் மழையையும் வெயிலையும் ஊற்றி அவள் கண்களைப் படைத்திருந்தான். ஒரே நேரத்தில் வண்டாகவும் பூவாகவும் அவள் கண்கள் மாறி மாறி விஸ்வரூபம் கொள்ளும். வண்ணத்துப்பூச்சியின் சிறகைப்போல் இமைகள் படபடக்க, அவள் புருவச் சுழிப்பில் அலைக்கழிந்தவர்கள் அநேகம்.

பாலும் தேனும் பக்குவமாகக் கலந்து அவள் நிறமாகி யிருந்தது. பிரபஞ்சத்தின் பங்குக்கு வெண்ணிலா தன் துண்டுகளைக் கொஞ்சம் அவள் கன்னத்துக்கு கொடுத்திருந்தது. ரம்பா, ஊர்வசியின் வியர்வையுடன், பூக்களின் மகரந்தம் கலந்து, அத்தர் தெளித்தால் என்ன வாசனை வருமோ அந்த வாசனையை அவளுக்கு இயற்கை அளித்திருந்தது. சிருஷ்டியின் உச்சமாக அவள் இருந்தாள்.

கடவுள் ஒரு கைதேர்ந்த கவிஞன் என்பதற்கும், சிற்பி என்பதற்கும், ஓவியன் என்பதற்கும் அவளே சாட்சியாக இருந்தாள்.

அவளை முன்னிறுத்தி கிராமத்தில் நிறைய கிளைக்கதைகள் உருவாகியிருந்தன. அவற்றில் எனக்குப் பிடித்த ஒரு 'கிளிக்கதை'யை உங்களுக்குச் சொல்கிறேன்.

கிறிஸ்துவுக்கு முன்பு (கி.மு.), கிறிஸ்துவுக்கு பின்பு (கி.பி.) என்று காலத்தை பிரிப்பதைப்போல காயத்ரிக்கு முன்னால் (கா.மு.), காயத்ரிக்குப் பின்னால் (கா.பி.) என்று பிரித்துக் கொள்வது கதை சொல்ல வசதியாக இருக்கும்.

கா.மு.வில் எங்கள் ஊரில் கிளிகள் முழுக்க முழுக்க நூறு சதவிகிதம் பச்சை நிறத்திலேயே இருந்தன. மூக்குகூட சிவப்பு கிடையாது. அதுவும் பச்சை நிறம்தான்.

ஒருநாள், காயத்ரியின் வீட்டுத்தோட்டத்தில் இரண்டு கிளிகள் மகிழமரத்தில் அமர்ந்தபடி கதை பேசிக்கொண்டிருந்தன. காயத்ரி தன் பதினைந்தாவது அகவைக்கு அடியெடுத்து வைத்த புண்ணிய வருடம் அது.

அப்போதெல்லாம் கிராமத்தில் குளியலறை மேலே கூரையற்று திறந்தவெளியில் இருக்கும். காயத்ரி

குளித்துக்கொண்டிருக்கிறாள். கிளிகளுக்கும் கண்கள் உண்டு அல்லவா! காயத்ரியின் அழகில் அவற்றின் சிறகுகள் தந்தி அடிக்கத் தொடங்குகின்றன. காயத்ரியின் உதடுகள் சிவந்த கனியைப்போல் இருக்க, புதுவிதமான கனி என்று நினைத்து கிளிகள் பறந்துவந்து அவளுடைய தோள்களில் அமர்ந்து, அந்த உதடுகளை தம் அலகுகளால் கொத்திப் பார்க்கின்றன. அன்று முதல் எல்லா கிளிகளின் மூக்குகள் சிவந்துவிட்டன!

இப்படியாக, காக்கைகள் கறுப்பான கதை, கொக்குகள் வெள்ளையான கதை, வானவில் உடைந்து விழுந்த கதை என நிறைய கதைகளை உருவாக்கியபடி காயத்ரியின் இருப்பு கிராமத்தையே உலுக்கிக்கொண்டிருந்தது!

அந்தக்காலத்தில், பத்தாம் வகுப்பு, பன்னிரெண்டாம் வகுப்பு அரசு பொதுத்தேர்வு எழுதும் இளைஞர்கள் ஃபெயில் ஆவதற்கு இரண்டே காரணங்கள்தான் இருந்தன. ஒன்று ஆங்கிலம் அல்லது கணிதப் பாடம்; அடுத்தது காயத்ரி!

காயத்ரி, அப்போது பிளஸ் டூ படித்துக்கொண்டிருந்தாள். அருகில் உள்ள நகரத்தில் அவள் படிக்கும் அரசினர் பெண்கள் மேல்நிலைப்பள்ளி இருந்தது.

காலையில் எழுந்ததும் தலை குளித்து, சுருட்டைமுடியில் சூரியன் அலையடிக்க, கண்ணாடி முன் வந்து நிற்பாள். அவள் அழகில் வெப்பமாகி கண்ணாடிக்குப் பின் பாதரசம் உருகும்.

பாவாடை, தாவணி உடுத்தி பேருந்துநிலையம் வருவாள். நாங்களெல்லாம் எத்தனை முறை கைகாட்டினாலும் நிற்காத பிரசன்னா பஸ் சர்வீஸ், அவளது சுண்டு விரல் அசைவிற்கே வழுக்கிக்கொண்டு நிற்கும். தன் அழகு குறித்த ஒட்டுமொத்த கர்வத்துடன் எங்களை ஒரு தூசிப் பார்வை பார்த்துவிட்டு பேருந்து ஏறுவாள். எங்களை அவள் கடந்து செல்லும்போது காற்றில் ஈரப்பதம் குறைந்து வியர்க்கத் தொடங்கிவிடும்.

பள்ளியிலும் அவளே நாயகி. சக தோழிகளின் மனதில் அழகு குறித்த தாழ்வு மனப்பான்மையைக் கிளப்பி அவர்களின் தோல்வியிலிருந்து தன் வெற்றியை சுவீகரித்துக் கொள்வது அவளுக்குப் பிடித்தமான ஒன்று.

ஒவ்வொரு நாளும் தன் அழகால் அலைக்கழித்தவர்களின் பட்டியல் ஏறிக்கொண்டே போவது குறித்து ஆழ்மனதில் காயத்ரிக்கு ஒரு குரூர சந்தோஷம் இருந்தது.

இரவு தூங்கும்போது கண்ணாடி முன் நின்று அதைப் பகிர்ந்து கொள்வாள்:

"இன்னிக்கு நூற்றி இருபத்தியொரு பசங்க காலி!"

கண்ணாடியில் வழக்கம்போல வெப்பத்தால் பாதரசம் உருகும். காயத்ரியை நாங்கள் எல்லாருமே காதலித்தோம். நாங்கள் என்றால் எங்கள் கிராமம், பக்கத்து கிராமம், அவள் படிக்கும் நகரம் என எல்லாம் சேர்ந்து குறைந்தபட்சம் ஆயிரத்துச் சொச்ச இளைஞர்கள் என்று அர்த்தம்.

யாராவது ஒருவரைக் காதலித்தால் தன் ரசிக பட்டாளத்தை இழந்துவிடும் அபாயம் இருப்பதால் காயத்ரி யாரையுமே காதலிக்கவில்லை. நிலவின் பிம்பம் எல்லா நதிகளிலும் விழுகிறது. அதற்காக எல்லா நதிகளையும் நிலா காதலிக்க வேண்டுமா என்ன?

வெள்ளிக்கிழமைகளில் காயத்ரி கோயிலுக்கு வருவாள். நாங்கள் பிள்ளையாருக்கு பக்தர்களாகி விடுவோம். பிள்ளையாரின் கணக்கில் எங்கள் வேண்டுதலான நூற்றியெட்டு தேங்காய் அப்படியே இருக்கும். ஒருகாலமும் அந்தத் தேங்காய்கள் உடைக்கப்படப் போவதில்லை என்று பிள்ளையாருக்கும் தெரியும். காயத்ரி கோயிலை வலம் வந்து நமஸ்கரிப்பாள்.

ஒருமுறை தீபாராதனைத் தட்டின் கற்பூர வெளிச்சத்தில் காயத்ரியை பார்க்க நேர்ந்தது. கோயில் பிராகாரங்களின் வௌவால் வாசனை, விபூதி வாசனை, குறுகுறுக்கும் புறாக்களின் வாசனை என எல்லாம் கலந்து கற்பூர ஒளியில் காயத்ரியைப் பார்க்கும்போது ஒரு அமானுஷ்யத் தோற்றம் புலனானது. அவளது அழகின் சுடர் முன் நாங்கள் பயந்துபோய் கண்களை மூடிக்கொண்டோம்.

தைரியமாய் அவளைப் பார்த்த நண்பன் ஒருவன் பைத்தியமாகி விட்டான். படுபாவி. தாங்கக் கூடிய அழகா அது? ஆயிரம் கோடி மின்னல்களின் ஒரு நொடி தரிசனம் அல்லவா அது! காயத்ரி சென்ற பிறகும் அந்த நண்பன் பிரக்ஞையற்று புலம்பிக்கொண்டே இருந்தான். அவனது ஞாபகத்தில் அந்தத் தருணம், அந்தக் காட்சி மட்டுமே உறைந்துவிட்டது.

இன்றைக்கும் ஏதோ ஒரு தெருவில் அந்தக் கடைசி கணத்துடனும், கிழிந்த ஆடைகளுடனும் அவனை எதிர்கொள்ள நேர்கிறது. அழகுக்குப் பின்னால் இப்படியெல்லாம் ஆபத்து இருக்குமா? தன் கண்ணாடியிடம் சொல்லி பெருமைப்பட காயத்ரிக்கு ஒரு புதிய பைத்தியம் கிடைத்துவிட்டது.

நினைவோ ஒரு பறவை ❖ 105

எங்களை மையம்கொண்ட புயல் ஒரு வழியாகக் கரையைக் கடந்தது. காயத்ரியின் அப்பாவுக்கு சென்னைக்கு வேலை மாற்றல் வந்தது. ஒரு வாரம் கிராமமே சலனமற்று இருந்தது. ஒருவர் கண்ணீர் மற்றவருக்குத் தெரியாமல் காயத்ரியை வழி அனுப்பி வைத்தோம்.

சென்னையில் காயத்ரி கல்லூரியில் சேர்ந்தாள். கல்லூரி திறக்கும் முதல்நாள்... கண்ணாடி முன்பு நின்றாள். ஒரு கிராமத்தின் ஆண்கள் பட்டியலே கண்ணாடிக்குள் மங்கிப் போயிருந்தது. தனக்கு ராசியான பட்டுப்பாவாடை, தாவணியில் காயத்ரி கண்களுக்கு மை தீட்டியபடி கண்ணாடி யிடம் சொன்னாள், “இன்னிக்கு எத்தனை பசங்க சாகப் போறாங்க பாரு!”

மாநகரத்துப் பேருந்து நிலையத்தில் கூட்டம் அதிகமிருந்தது. ஷேர் ஆட்டோக்கள் வேறு அடிக்கடி பயணிகள் பக்கம் நின்று ஹாரன் அடித்துக்கொண்டிருந்தன.

காயத்ரி சுற்றும்முற்றும் பார்த்தாள். யாருமே அவளைக் கவனிப்பதாகத் தெரியவில்லை. அவள் செல்ல வேண்டிய பேருந்துகளை விட்டு விட்டு அப்படியே நின்று கொண்டிருந்தாள்.

இப்போது கூட்டம் கொஞ்சம் குறைவாக இருந்தது. நோஞ்சலாக சோடாபுட்டி போட்டிருக்கும் பையன்கூட காயத்ரியைத் திரும்பிப் பார்க்கவில்லை. ‘டேய் புட்டி..! இங்க பார்றா! எவ்வளவு அழகா இருக்கேன்!’ என்று மனதுக்குள் அவனைத் திட்டிக்கொண்டாள்.

கல்லூரியில் ஸ்கர்ட், சுடிதார், ஜீன்ஸ் என்று விதவிதமான உடைகளில் பெண்கள். எதற்கெடுத்தாலும் சிரிப்பு. “த்தோடா! தாவணி... செந்தமிழ் நாட்டு தமிழச்சி” என்று காயத்ரியைக் காட்டி ஒரு சிரிப்பு. காயத்ரிக்கு அழுகை அழுகையாக வந்தது. எல்லாப் பெண்களுமே அழகாக இருந்தார்கள். நுனி நாக்கு ஆங்கிலத்தில் தடுமாறச் செய்தார்கள்.

முதன்முதலாக தாழ்வு மனப்பான்மையின் கதவைத் திறந்து உள்ளே நுழைகிறாள் காயத்ரி.

மதியம் விடுப்பு எடுத்துக்கொண்டு வீட்டுக்குத் திரும்பி விட்டாள். பேருந்து காலியாக இருந்தது. அந்த ஓட்டைப் பல் கண்டக்டர்கூட டிக்கெட் கொடுத்துவிட்டு வேறெங்கோ

வேடிக்கை பார்க்கத் தொடங்கிவிட்டான். இந்த நாள் மட்டும் இல்லை, இனி வரும் எந்த நாளுமே தனக்கான நாள் இல்லை என்று காயத்ரிக்குப் புரியத் தொடங்கியது.

இரவு கண்ணாடி முன்பு நின்று அழத் தொடங்கினாள். உருகுவதற்கு பாதரசம் தீர்ந்த நிலையில் கண்ணாடி அவளையே முறைத்துக்கொண்டிருந்தது. மாநகரம் தன் ரகசியக் குறிப்பேட்டைத் திறந்து, 'கிராமத்திலிருந்து ஒரு லட்சத்து பதிமூன்றாயிரத்து நாற்பதாவது காயத்ரி' என்று எழுதிவிட்டு அடுத்த காயத்ரிக்காகக் காத்திருக்கத் தொடங்கியது!

அஞ்சு ரூபா டாக்டர்

அந்த மாபெரும் வெற்றிடத்தில்
முன்னும் இல்லை
பின்னும் இல்லை
பறவையின் பாதை
கிழக்கையும் மேற்கையும்
அழித்துவிடுகிறது!

- ஜென் தத்துவம்

வேலையில்லாதவர்களின் பகலும், நோயாளிகளின் இரவும் நீளமானவை. இருவரின் கடிகாரத்திலும் இடம் வலமாக ஆடும் பெண்டுலத்தில் ஒரு பக்கம் விரக்தியும், இன்னொரு பக்கம் வலியும், காலத்தை நகரவிடாமல் தடுக்கின்றன.

வாழ்வின் கரங்களை இறுகப் பற்றிக்கொள்ள நோயே கற்றுத் தருகிறது.

சிறுவயதில் எங்களுக்குக் காய்ச்சல் வரும்போதெல்லாம் அஞ்சு ரூபா டாக்டரிடம் செல்வோம். 'அஞ்சு ரூபா டாக்டர்' ஆஸ்பத்திரி, காஞ்சிபுரத்தில் பிரபலமான ஒன்று.

அதன் திருத்தல வரலாற்றை இப்படி விவரிக்கலாம்... இடதுபக்கம் கோலிகளுடன் சோடா பாட்டில்களை, மரச்சட்டங்களில் வரிசையாக நிறுத்தி கலர் ஊற்றி, கேஸ் மெஷினில் சுற்றிக்கொண்டிருப்பார்கள்.

வலதுபக்கம் ஒரு பட்டு ஜவுளிக்கடை. முன்பக்க கண்ணாடிச் சட்டத்தில் பட்டுச்சேலை கட்டிய பெண் பொம்மை.

அதற்கெதிரில் நாற்பது வயது மதிக்கத்தக்க ஒருவர், சுற்றுலாப் பயணிகளை அழைத்துக்கொண்டிருப்பார். அந்தப் பன்னீர் சோடாவுக்கும், பட்டுச்சேலைக்கும் நடுவில் டாக்டர் குடியிருந்தார். தல விருட்சமாக ஒருகாலத்தில் அங்கு ஒரு வேப்பமரம் இருந்தது. வீதியை அகலப்படுத்துவதற்காக அதை வெட்டிவிட்டார்கள்.

'அஞ்சு ரூபா' ஆஸ்பத்திரியின் வாசலில், 'டாக்டர் எம்.கோபாலகிருஷ்ணன் எம்.பி., பி.எஸ்., பொது மருத்துவர்' என்றெழுதிய, பழங்காலத்து துருப்பிடித்த பெயர்ப்பலகை, எப்போது வேண்டுமானாலும் கீழே விழுவதற்குத் தயாராகத் தொங்கிக்கொண்டிருக்கும்.

முன் அறையில் இரண்டு பக்கமும் மரபெஞ்சுகளில் நோயாளிகள் அமர்ந்திருப்பார்கள். பிளைவுட் தடுப்புக்கு அந்தப் பக்கம் 'அஞ்சு ரூபா' டாக்டர், ஒவ்வொருவராக உள்ளே அழைத்து சோதிப்பார்.

உடம்பு முழுக்க ரத்த நிறத்தில் ஓடும் நரம்புகளுடன் ஒரு ஆண் படமும், ஒரு பெண் படமும் சுவரில் மாட்டப்பட்டிருக்கும். கழுத்தில் ஸ்டெதாஸ்கோப் மாட்டியிருக்கும் ஒரு ஆரோக்கியமான குழந்தையின் படம் பக்கத்தில் இருக்கும்.

'அஞ்சு ரூபா' டாக்டரைப் பார்க்க வேண்டுமென்றால், முன்னமே சென்று, சிகரெட் அட்டையில் எண் எழுதப் பட்டிருக்கும் டோக்கனை வாங்கிக் காத்திருக்கவேண்டும்.

முகம் முழுக்க அம்மைத்தழும்புகளுடன் முப்பத்தைந்து வயது மதிக்கத்தக்க கம்பவுண்டர் ஒருவர், ஒவ்வொருவராக உள்ளே அனுப்புவார்.

காத்திருந்து உள்ளே நுழைந்தால், 'அஞ்சு ரூபா' டாக்டர், திருத்தமாக சவரம் செய்த முகத்துடனும், கழுத்துக்குக் கீழே சாயம்போன டையுடனும் புன்னகைப்பார்.

'ஆ' காட்டச் சொல்லி, தெர்மாமீட்டரை வாயில் வைக்கும்போது நாக்குக்குக் கீழே ஒரு குளிர்ச்சியும், அடிவ யிற்றில் ஒரு வெப்பமும் பரவும்.

"ஊசி வேணாம்! ஊசி வேணாம்!" என்று அழுதபடி அவரெதிரில் ஏராளமான தடவைகள் அமர்ந்திருக்கிறேன்.

"சரி! வேணாம்... என்ன கிளாஸ் படிக்கிறே? என்ன சாப்பிட்டே?" என்று, முழங்கையைத் தடவி விசாரித்துக் கொண்டே, நான் ஏமாந்த தருணத்தில் ஊசி குத்திவிடுவார்.

வலியை உணர்ந்து, அழுது ஆர்ப்பாட்டம் செய்யும்போது, "ஒண்ணுமில்லை" என, மேஜை டிராயரிலிருந்து புளிப்பு ஆரஞ்சு மிட்டாய் எடுத்துக் கொடுப்பார்.

வைராக்கியத்துடன் வாங்க மறுத்து வேகமாக அழுதாலும், கைகள் தன்னிச்சையாக அந்த மிட்டாயை நோக்கிச் செல்லும்.

"பள்ளிக்கூடம் வேணாம்... நான் போகமாட்டேன்..." என்பேன், செல்லமாக.

"போகவேணாம், நான் உங்க வாத்தியார்கிட்ட சொல்றேன். இந்த மருந்தை குடிச்சிட்டு சமத்தா தூங்கு... சரியா..." என்று சொல்லிக்கொண்டே, உள்ளே சென்று ஒரு கண்ணாடி பாட்டிலில் ரோஸ் கலர் திரவத்தை ஊற்றி எடுத்து வந்து,

"ஒரு நாளைக்கு மூணு தடவை குடிக்கணும்... சரியா..?" என்று கொடுப்பார்.

"அப்பா என்னை அடிக்கக் கூடாது... அடிச்சா என்ன பண்றது..?"

"அடிச்சா என்கிட்ட சொல்லு, அப்பாவுக்கும் ஊசி குத்தி விடுறேன்!"

எனக்குத் தெரிந்து 'அஞ்சு ரூபா' டாக்டரைப் போன்ற பொதுவுடைமைவாதிகள் யாரும் இல்லை. எல்லா வியாதிக்கும் அதே ரோஸ் கலர் திரவம்தான்.

ஃபீஸ் பணத்தை கையில் தொடமாட்டார். அவர் எதிரில் வைத்திருக்கும் உண்டியலில் போட்டுவிடவேண்டும். கழுத்தில் ஸ்டெதாஸ்கோப்புடனும், எதிரில் உண்டியலுடனும் அவரைப் பார்க்கும்போது பிள்ளையாரைப்போலவே இருக்கும். கலப்போக்கில், நாங்கள் அவரை 'பிள்ளையார் டாக்டர்' என்போம்!

ஒருமுறை, வீட்டுக்கூரையிலிருந்து கீழே விழுந்த வௌவால், என் இரண்டாவது தம்பியைக் கடித்துவிட்டது. கடித்த வௌவாலை அடித்துப் பொட்டலமாய் மடித்து எடுத்துக் கொண்டு, 'அஞ்சு ரூபா' டாக்டரிடம் கூட்டிச் சென்றேன்.

தம்பியையும், வௌவாலையும் மாறி மாறி சில நிமிடங்கள் பார்த்தவர், புத்தக ஷெல்ஃபிலிருந்து ஒட்டடை படிந்த ஒரு தலையணைப் புத்தகத்தை எடுத்துப் புரட்டத் தொடங்கிவிட்டார்.

பின்பு, தொலைபேசியில் யாரையோ அழைத்து, "ஆமாமா… பேட்டுதான். கிரிக்கெட் பேட்டு இல்ல… வௌவாலு… சரி!" என்றவர், உள்ளே சென்று பாட்டில் நிறைய திரவத்துடன் வந்தார். இந்த முறை திரவத்தின் நிறம் ரோஸ் இல்லை; கறுப்பு. கிளம்பும்போது ஏழு ரூபாய் வாங்கிக்கொண்டார். அவரது சம்பளத்தில், இரண்டு ரூபாய் ஏறக் காரணமாயிருந்த வௌவாலை அங்கேயே விட்டு விட்டுக் கிளம்பினோம். பின்னர் வந்த நாட்களில், அவர் 'பிள்ளையார் டாக்டர்' என்ற பட்டம் மறைந்து 'வௌவால் டாக்டர்' ஆனார்.

நவீன மருத்துவக்கருவிகள் வருவதற்கு முன்னமே ஒரு நள்ளிரவில், பெரும்பாலான டாக்டர்களைப் போலவே 'அஞ்சு ரூபா' டாக்டர் ஹார்ட் அட்டாக்கில் இறந்து, காலச்சுழற்சியில் காணாமல் போனார்.

இந்த 'அஞ்சு ரூபா' ஆஸ்பத்திரி இருந்த இடத்தில் ஒரு தனியார் வங்கி தன் ஏ.டி.எம் கிளையைத் திறந்திருக்கிறது. அறைக்கு உள்ளே சென்று அட்டையைச் செருகி சங்கேத எண்ணைத் தட்டினால் பணத்தைத் துப்புகிறது அந்த இயந்திரம். ஏ.டி.எம் காவலாளி விஸ்தாரமாக வளர்ந்துவிட்ட, பக்கத்து கூல்டிரிங்ஸ் கடையில் ரோஸ் மில்க் குடித்துக்கொண்டிருக்கிறார்.

ஸ்தல விருட்சமாக, அந்த இடத்தில் சோடியம் விளக்குக் கம்பம் நின்றுகொண்டிருக்கிறது!

ஒலியும் ஒளியும்

நான் எல்லாவற்றையும்
பால்கனியிலிருந்து
பார்த்துக்கொண்டுதான்
இருக்கிறேன்!

– எழுத்தாளர் பேயோன்

எங்கள் கிராமத்துக்கு தொலைக்காட்சிப் பெட்டி வந்தது. அப்போது நான் சிறுவனாயிருந்தேன். முப்பது வருடங்களுக்கு முன்பு தொலைக்காட்சி என்பது கிராமத்தில் இருப்பவர்களுக்கு நெல்லுச்சோறு மாதிரி. நகரத்திற்கு யார் வீட்டுக்காவது விருந்துக்குச் செல்கையில் மட்டும்தான் அதைக் காண முடியும்.

எங்கள் கிராமம் பட்டு நெசவை தன் தொழிலாகக் கொண்டிருந்தது. அதிகாலையில் எழுந்து தெருக்களில் பட்டு நூலை, நீளமான கட்டைகளில் படரவிட்டு, கஞ்சி போட்டு சிக்கெடுப்பார்கள். 'பாவு போடுதல்' என்று இதற்குப் பெயர். சிவப்பு, மஞ்சள், பச்சை, நீலம் என்று வானவில் படுத்துக் கிடப்பது மாதிரி தெருவே பட்டுநூல்களின் வண்ணங்களால் வசீகரமாக இருக்கும்!

நகரத்திலிருந்து எங்கள் கிராமத்துக்குப் புதிதாக வீடு கட்டிக்கொண்டு ஒரு குடும்பம் வந்தது. அவர்களுக்கும் தறி நெய்தல்தான் தொழில். கொஞ்சம் வசதியான குடும்பம். ஏழெட்டு பட்டுத்தறிகள் அவர்கள் வீட்டில் 'தடக்... தடக்...' என்று சத்தம் எழுப்பிக்கொண்டே இருக்கும்.

ஒருநாள் மாலையில், அந்த வீட்டின் ஓட்டுக்கூரையின் மீது நான்கைந்து ஆட்கள் ஏறி நின்று எதையோ கட்டிக்கொண்டு இருந்தார்கள். சுமார் நூறடி நீளத்தில் இரும்புக் குழல், மேலே சிதறல் சிதறலாய் அலுமினியத் துண்டுகள். அப்புறம்தான் அதற்குப் பெயர் 'ஆன்டெனா' என்றும், அவர்கள் வீட்டில் தொலைக்காட்சிப் பெட்டி இருக்கிறது என்றும் அறிந்தோம். அதைப் பார்க்க சிறுவர்கள் நாங்கள் அவர்கள் வீட்டு ஜன்னலை முற்றுகையிடுவோம். அந்த வீட்டுப் பையன் எங்களைத் துரத்துவான். அவன் உள்ளே செல்லும் நேரத்தில் மீண்டும் ஜன்னலுக்கு வருவோம். 'படார்' என்று ஜன்னல் கதவு அறைந்து சாத்தப்படும்.

அந்தப் பையனை நண்பனாக்க நாங்கள் நாலாவிதமான தந்திரங்களையும் கையாள நேர்ந்தது. கூழாங்கற்கள், டாமா கோலி, சிட்டுக்குருவி முட்டை, தீப்பெட்டிப் படங்கள் ஒட்டி வைத்த நோட்டு, வாழை மட்டைக்கு நடுவில் கண்ணாடியைப் பொருத்திச் செய்த லென்ஸ், குப்பைகளில் பொறுக்கிய பட்டு ஜரிகைத்துண்டுகள், ஈசல் போட்டு வறுத்த பொரி அரிசி என எதை லஞ்சமாகக் கொடுத்தாலும் வேண்டா வெறுப்பாக வாங்கிக்கொண்டு, "நாளைக்குப் பார்க்கலாம், வீட்ல கேட்கணும்" என்பான்.

கடைசி அஸ்திரமாக எனக்கு மிகவும் ப்ரியமான என்னுடைய அழகிய பழுப்பு நிற நாய்க்குட்டியை அவனுக்குக் கொடுக்க நேர்ந்தது. புன்னகையுடன் வாங்கிக்கொண்டு, "நீ மட்டும் சாயந்தரம் வா" என்றான்.

பின்புக்கும் பின்பு, பொதுமக்களின் வேண்டுகோளுக் கிணங்க அவர்கள் வீட்டில் காசு வாங்கிக்கொண்டு உள்ளே விட்டார்கள். படம் பார்க்க நாலணா, 'ஒலியும் ஒளியும்' பார்க்க பதினைந்து காசுகள். 'ஒலியும் ஒளியு'மிற்குப் பெரும் கூட்டம் அலைமோதும். கூடம் நிரம்பி, நின்று பார்க்கும் இடமும் இல்லை என்றால் கதவை அடைத்துவிடுவார்கள்.

எங்கள் சேமிப்புகள் இப்போது குச்சி ஐஸுக்கும் மாங்காய்த் துண்டங்களுக்கும் செலவாவதில்லை. அப்போது எல்லாம் தூர்தர்ஷன் ஒன்று மட்டுமே. மற்ற சேனல்கள் கிடையாது. கூடத்தின் இரண்டு பக்கமும் தறி மேடைகளும், குழிகளும் இருக்க, ஓரமாய் தொலைக்காட்சிப் பெட்டி அமர்ந்திருக்கும். எல்லாரும் உட்காருவதற்காக தறி நூலைச் சுருட்டிக் கட்டுவார்கள். "படம் போட்டுருவாங்கக்கா, சீக்கிரம் சுத்துங்க"

நினைவோ ஒரு பறவை ❖ 113

என்போம். “பேசாம இருந்தா பாருங்க... இல்லைன்னா காசை வாங்கிட்டு வெளியில போங்க” என்பார்கள். அமைதியாகி விடுவோம்.

பின்பு, தொலைக்காட்சிப் பெட்டிக்குக் கற்பூரம் ஏற்றிக் காட்டி திருஷ்டி கழிப்பார்கள். கண்ணாடிப் பிள்ளையார் மாதிரி தொலைக்காட்சி மாறிவிடும். கோயில் கதவு திறப்பது போல அதன் இரு பக்க கதவுகளும் திறக்கும். முதல் போணியாக எங்கள் நண்பர்களில் செந்தில் காசு தருவான். ராசியான கையாம். அவனது கறுத்த கைகளில் கர்வம் குடியேறும்.

நாங்கள் சுருண்டு வளைந்த கைகளால் அடுத்தடுத்து காசு கொடுப்போம். படத்துக்கு நடுவில் விளம்பரம் மற்றும் செய்தி வருகையில் தொலைக்காட்சியை அணைத்துவிடுவார்கள். கரன்ட் ஆகிவிடுமாம். திரும்பவும் சரியாகப் படம் தொடரும் நேரத்தில் போடுவார்கள். விளம்பரம் முடியும் நேரம் எப்படி துல்லியமாக அவர்களுக்குத் தெரியும் என்பது ஆச்சரியமாக இருக்கும். ஒரு நொடி முன்பின் இருக்காது. அவர்கள் தொலைக்காட்சியைப் போடும்போது, ‘திரைப்படம் தொடர்கிறது’ என அறிவிப்பு வரும்.

மறுநாள் பள்ளியில், நேற்று பார்த்த படத்தின் கதையே முதல் பாட வேளையை அபகரித்துவிடும். ஊருக்குப் பொதுவாய் பஞ்சாயத்துத் தொலைக்காட்சி வரும் வரை இந்த அட்டகாசம் தொடர்ந்தது.

இன்று, ஒரே வீட்டில் மூன்று தொலைக்காட்சிப் பெட்டிகள் இருக்கின்றன. ப்ளஸ், மைனஸ், பூஜ்யம் என்று திருப்தியுறாமல் ரிமோட் பட்டன்கள் சூன்யத்தில் அலைகின்றன. கதை சொல்லும் பாட்டிகளை திண்ணைக்கு அனுப்பிவிட்டு, கூடத்தில் அமர்ந்து பொய் சொல்கின்றன தொலைக்காட்சிப் பெட்டிகள். அலமாரியில் தூசு படியும் புத்தகங்களின் வரிகளில் கண்ணாடி பிம்பங்கள் கத்தி பாய்ச்சுகின்றன. தொலைக்காட்சி ஒரு கறுத்த நிழலைப்போல் நம்மைத் தொடர்ந்துகொண்டிருக்கிறது.

நினைவோ ஒரு பறவை

கடந்து வந்த பாதைகளை
காற்றுடன் பேசிக் கொண்டிருக்கிறது
குடிசைக் கூரையில் சைக்கிள் டயர்!

- இது எப்போதோ நான் எழுதிய கவிதைதான். சைக்கிளைக் காதலிக்காத சிறுவர்கள் உண்டா?

எல்லா சாலைகளிலும் மடி நிறைய மனிதர்களை ஏற்றிக் கொண்டு இரும்பு கங்காருவைப்போல தாவிச் செல்கிறது சைக்கிள். சைக்கிளுக்கும் நமக்குமான உறவு, குழந்தைப் பருவத்திலேயே தொடங்கிவிடுகிறது. காலத்தின் பழுப்புக் கறை படிந்த புகைப்பட ஆல்பத்தை, மூன்று சக்கர சைக்கிள் மேல் அமர்ந்தபடி பால் பற்கள் தெரிய சிரிக்கும் குழந்தைகளின் படங்களே கௌரவப்படுத்துகின்றன.

சைக்கிள் ஒரு சொந்த சகோதரனைப்போல நமக்கு வழிகாட்டுகிறது. சதைப் பிடிப்பற்று ஒல்லியாக இருக்கும் அதன் எளிமையான வடிவம், நமக்குள் எந்த தாழ்வு மனப்பான்மையையும் கிளப்புவதில்லை. சைக்கிளில் இருக்கும் மணி, நம்மை ஒரு இசைக் கலைஞனாக்குகிறது. அதன் மிதி கட்டைகள், காலுக்குக் கீழே பூமி நழுவிச் செல்லும் அதிசயத்தை நமக்குக் கற்றுத் தருகின்றன.

அலுமினிய முயலைப்போல் கண்ணாடிக்கண்களிலிருந்து ஒளிக்கற்றைகளை வெளியேற்றும் அதன் டைனமோ விளக்கு, நமக்கான பள்ளங்களை கவனப்படுத்துகிறது. எதிர்க்காற்று உந்தித் தள்ள முன்னேறிச் செல்லும் சைக்கிள்களே வாழ்க்கை குறித்த நமது பயங்களைத் தவிடுபொடியாக்குகின்றன.

'நம்மால் நாம் முன்னேறுகிறோம்' என்ற உணர்வே சைக்கிள் மீதான நம் இச்சையை அதிகமாக்குகிறது. எல்லாவற்றிற்கும் மேல் சைக்கிளை நாம் நேசிக்கும் காரணம், சைக்கிள் நம்மைப் போலவே சுவாசிக்கிறது. மூச்சுக்காற்றில்லாத மனிதனின் இறப்பைப்போலவே காற்றில்லாத சைக்கிளும் பயணத்தை முடித்துக்கொள்கிறது.

நான் மூன்றாவது படிக்கும்போது சைக்கிள் விடக் கற்றுக்கொண்டேன். எனக்குக் கற்றுக் கொடுத்தவன், ஐந்தாவது படிக்கும் எங்கள் தெருப்பையன். வாடகை சைக்கிளுக்கு பத்து பைசா, அவனுக்கு பத்து பைசா (குருதட்சணை) என உடன்படிக்கை செய்தாயிற்று. எங்கள் கிராமத்திலேயே ஒரே ஒரு வாடகை சைக்கிள் நிலையம்தான் இருந்தது; சங்கர் சைக்கிள் கடை.

ஏழெட்டு பெரிய சைக்கிள்; ஒன்றிரண்டு சின்ன சைக்கிள்; ஏகப்பட்ட சைக்கிள் பாகங்கள்; பஞ்சர் ஒட்ட ஒரு தண்ணீர்த் தொட்டி... இவையெல்லாம் சேர்ந்த ஒரு சைக்கிள் கடை. எந்த சைக்கிளுக்கும் கேரியர் கிடையாது. ஒவ்வொரு சைக்கிளுக்குப் பின்னாலும் 'சங்கர்' என்று எழுதி, ஒன்று, இரண்டு என்று நம்பர் போட்டிருக்கும். 'ஹயர் (Hire) சைக்கிள் கடை' என்பது நாளடைவில் 'அய்யர் சைக்கிள் கடை' ஆகிவிட்டது. பிரேக் கம்பியே பூணூலாக அய்யர் சைக்கிள்கள் சாலைகளை வலம் வந்துகொண்டிருந்தன.

ஒரு ஞாயிறு மதியம், வீட்டில் அனைவரும் உறங்கிய பிறகு அப்பாவின் சட்டைப் பையிலிருந்து இருபது காசுகளைத் திருடிக்கொண்டு சைக்கிள் பழக ஆரம்பித்தேன். ஒரு மணி நேரம் வாடகைக்கு எடுத்த சைக்கிளில் நாற்பது நிமிஷத்திற்கு மேலாக அந்தப் பையனே ஓட்டினான். நான் கேட்கும்போதெல்லாம், "முதல்ல நான் ஓட்டுறதை கவனிச்சுப் பாரு" என்றான். கடைசி பத்து நிமிடத்தில் என்னை சைக்கிள் மீது அமர வைத்து பிடித்துக் கொண்டான்.

"முதல்ல பேலன்ஸ் பண்ணணும்... பயப்படக்கூடாது" என்றபடி அவன் என் முதுகெலும்பில் கை வைக்க... உடம்பெல்லாம் உதறி, ஒரு செங்கல் குவியல் மீது தேய்த்துக் கொண்டே விழுந்தேன். கைகளில் சிராய்ப்பு. வலது கால் முட்டியில் பலத்த அடிபட்டு ரத்தம் கொட்டியது. பார்ப்பதற்கு எளிமையாக இருந்த குட்டி சைக்கிளின் தொழில்நுட்பம், சரிந்து படுத்தபடி என்னைப் பார்த்து சிரித்துக்கொண்டிருந்தது.

நொண்டியபடி வீட்டுக்குச் சென்றேன். இப்படியாக என் முதல் 'சைக்கிளாற்றுப் படை' முடிந்தது.

அடுத்தவாரம், என் ஆர்வம் அறிந்து அப்பாவே சைக்கிள் ஓட்டக் கற்றுக்கொடுத்தார். என் இடுப்பைப் பிடித்துக்கொண்டு சைக்கிளின் கூடவே அப்பா ஓடி வர... சைக்கிள் முன்னேறிக் கொண்டிருந்தது. திடீரென்று பின்னால் திரும்பிப் பார்க்க... அப்பா இல்லை. நான் மட்டுமே சைக்கிளை ஓட்டிக் கொண்டிருந்தேன். பயமும், பரவசமும் ஒன்று சேர... கீழே விழுந்தேன்!

இப்போது அடிபடவில்லை. சைக்கிளின் மர்மங்கள் பிடிபடத் தொடங்கிவிட்டன. அதற்குப் பிறகு, அப்பாவின் பெரிய சைக்கிளில் நேரம் கிடைக்கும்போதெல்லாம் கால் பெடல், அரை பெடல், முக்கால் பெடல், குரங்கு பெடல் என பல பெடல்களைக் கடந்து என் சைக்கிள் சரிதம் முழுப் பெடலை வெற்றிகொண்டது.

கிராமத்தில் சைக்கிள் விடப் பழகியவர், உலகின் எந்த மூலையிலும் எந்த வாகன நெரிசலிலும் சைக்கிள் ஓட்டலாம் என்பது என் கருத்து. இரண்டு பக்கமும் வயல்வெளிகள் சேறுடன் காத்திருக்க... ஒல்லியான வரப்புகளின் மேல் சைக்கிள் ஓட்டிப் பழகிய கால்களின் பலத்துடன் இதைச் சொல்கிறேன்.

கிராப் வெட்டிய ராணுவ வீரர்களைப்போல் வரிசையாக பனை மரங்கள் நின்றிருக்க, ஏரிக்கரையில் செம்மண் மேட்டின் மேலே ஒற்றையடிப்பாதையில் தனிமையாக சைக்கிள் ஓட்டிச் செல்வதை விட உலகில் வேறு சுகம் இருக்க முடியாது!

நீங்களும், உங்கள் சைக்கிளும் மட்டுமேயான உலகம் அது. வேறு எந்த வாகனத்தை விடவும் சைக்கிளில் எனக்குப் பிடித்தது, சைக்கிளுக்கும் நமக்கும் உருவாகும் தனிமையான தோழமை. ஆளற்ற இரவுகளில் பூச்சிகளின் சப்தம் பயமுறுத்த, வெளிச்சமற்ற சாலைகளில் மனதிற்குப் பிடித்த பாடலை முணுமுணுத்தபடியே சைக்கிள் மிதித்துச் செல்லும் வானவில் தருணங்களே, காயங்களின் தழும்புகளுக்கு போராடும் உத்வேகத்தை அளிக்கின்றன.

சைக்கிளால் அடையாளப்படும் மனிதர்கள் நம் வாழ்வில் நிறைய உண்டு. அவர்கள் முகமும் தோற்றமும் மனதில் விரியும்போது அவர்களுக்கு அருகில் ஒரு சைக்கிளும்

நின்றிருக்கும். மஞ்சள் வெளிச்சத்தில் புறப்பட்டு, உஷ்ணம் ஏறிய வெளிச்சத்தில் வியர்வையுடன் கடிதம் சுமக்கும் தபால்காரர்கள்; மஞ்சள் வெளிச்சத்தில் புறப்பட்டு, மஞ்சள் வெளிச்சத்திலேயே திரும்பி வரும் ஒற்றை ரோஜாப்பூ செருகிய கொண்டை போட்ட ஆரம்பப் பள்ளி டீச்சர்கள்; உறை கத்தி வடிவில் தெருத்தெருவாய்க் கூவி குல்ஃபி ஐஸ் விற்பவர்கள்... இப்படி நிறைய நபர்கள் நம் கனவுகளிலும் சைக்கிளுடனே வருவார்கள்.

மாநகரத்தில் சைக்கிள் ஓட்டுவதற்கும், கிராமத்தில் சைக்கிள் ஓட்டுவதற்கும் பெரிதாக வித்தியாசம் இல்லை. மாநகரத்து சாலைகளில் ஓட்டும்போது நூல் பிடித்த மாதிரி ஒரே நேர்க்கோட்டில் ஓட்டவேண்டும். கொஞ்சம் நகரலாம் என்று நினைக்கும்போது நம்மை உரசிக்கொண்டு ஒரு கனரக வாகனம் செல்லும். இப்படி, சென்னையின் சாலைகளில் நூலிழையில் நானும் எனது சைக்கிளும் நிறைய மரணங்களிலிருந்து தப்பித்திருக்கிறோம்.

முதன்முதலில் நான் சென்னையில் சைக்கிள் ஓட்டிய சம்பவம் நினைவுக்கு வருகிறது. சிக்னல் விளக்குகளின் வழிகாட்டுதலில் மிரண்டு அண்ணா சாலைக்கு வந்துவிட்டேன். சாலையைக் கடக்க வேண்டும். இரு பக்கமும் வாகனங்கள் விரைந்துகொண்டிருக்கின்றன. அண்ணா சாலையின் நான்கு வழிப் பாதைகளின் விதி அறியாத காலம் அது. கைகள் உதற சாலையை வேடிக்கை பார்த்துக்கொண்டிருக்கிறேன்.

பிறகு, நடைபாதை ஓரமாக சைக்கிளைத் தள்ளியபடி சற்று தூரத்தில் தெரிந்த சுரங்கப்பாதையை அடைந்து, சைக்கிளைத் தூக்கிக்கொண்டு இறங்கத் தொடங்கினேன். மூச்சு வாங்கிக்கொண்டு சாலையின் மறுபக்கம் அடையும் வரையில் சுரங்கப் பாதையில் இருந்த அனைவரும் என்னை ஆச்சரியமும், கிண்டலும் கலந்த கண்களால் பார்த்துக் கொண்டிருந்தனர். சேற்று வயல் வரப்புகளிலும், ஏரிக்கரையின் செம்மண் மேட்டிலும் உருண்டுவந்த என் சைக்கிளின் சக்கரங்கள், மாநகரத்து சரளைக் கற்கள் குத்தி பஞ்சர் ஆகிக் கொண்டிருந்தன.

நிலா மிதக்கும் பள்ளங்கள்

''வாழ்க்கை ஒரு மகாநதியாக ஓடிக்கொண்டிருக்கிறது. நான் அதன் கரையில் நின்று என் கண்ணுக்குப் பட்டவற்றை சொல்லிக்கொண்டிருக்கிறேன்!''

- வண்ணநிலவன்

காட்டு மரம் சாய்ந்த பிறகு, நதிநீரில் விழுகிறது. வழிப்போக்கர்களின் கால்கள் அதில் ஏறிக் கடந்துசெல்ல, மரம் பாலமாக மாறிவிடுகிறது.

கோவிந்தசாமி தாத்தாவின் வாழ்க்கையும் காட்டு மரமாகத்தான் இருந்தது. அஸ்தமனக் காலத்தில் சூரியன் தன் கதிர்களை வெளிர்ந்த நிறத்திலிருந்து இளம் மஞ்சள் நிறமாக மாற்றிக்கொள்ளும். 'உச்சி வெயில் நேரத்தில் உலகெலாம் விரிந்து உக்கிரம் உமிழ்ந்த முகமா இது' என வியக்கும் அளவுக்குத் தன் முகத்தை சாந்தமாக்கிக் கொள்ளும். 'புதிதாக இம்மண்ணில் பிறந்த புல் பூண்டுகளே! செடி, கொடிகளே! போய் வருகிறேன். உங்களுக்குள் என் வெப்பத்தையும், வானத்துக்குள் என் வண்ணங்களையும் விட்டுச் செல்கிறேன்' என்று விடைபெறும்.

கோவிந்தசாமி தாத்தாவின் முதுமை, அஸ்தமனச் சூரியனின் வசீகரத்தோடு எங்கள் பால்யத்திற்குள் பிரவேசித்த காலம் அது. கோவிந்தசாமி தாத்தாவின் வயது அப்போதே எழுபதுகளின் தொடக்கத்தில் இருந்தது. சிறு வயதில் ஒரு வெள்ளைக்கார துரை வீட்டில் வேலை செய்ததால் ஆங்கில மொழி அவருக்கு அடிமையாக இருந்தது. அவர் ஆங்கிலம் பேசினால் அன்று முழுவதும் சோறு, தண்ணி இல்லாமல் கேட்டுக்கொண்டிருக்கலாம். சிறு வயதில் பள்ளிக்கூடத்தில்

எங்களுக்குக் கற்றுக்கொடுத்த அரைகுறை ஆங்கிலத்தில் அவரிடம், "வாட் ஈஸ் யுவர் நேம்?" என்று கேட்டால் அதற்கு ஒரு மணி நேரம் பதில் சொல்வார். அநேகமாக அந்த பதில் அவர் பெயரோடு நில்லாமல், பெயர்ச்சொற்கள் உருவான விதம் பற்றியும், மொழியின் ஓசைக்கும் பெயர்களுக்கும் உள்ள தொடர்பு குறித்தும் ஒரு நீண்ட சொற்பொழிவாக அமையும்.

கோவிந்தசாமி தாத்தா, ஊருக்கு ஒதுக்குப்புறமாக குடிசை கட்டி வாழ்ந்து வந்தார். அவருக்கு ஒரே ஒரு பையன். மனைவி இறந்த பின் ஏதோ ஒரு தருணத்தில் மருமகள் எதற்கோ கடிந்துகொள்ள, அன்றிலிருந்து மகனுடன் வாழ்வதில்லை. அவர் மின்சாரக்கருவிகளைப் பழுதுபார்ப்பதில் தேர்ச்சி பெற்றிருந்தார். வானொலி ரிப்பேர், பம்புசெட்டு மோட்டார் இறக்குவது, வீடுகளுக்கு ஒயரிங் செய்வது என சின்னச் சின்ன வேலைகள் அவரைத் தேடி வந்துகொண்டிருக்கும். கொஞ்சம் நாட்டு வைத்தியமும் தெரியும். தேள் கடி, பாம்புக் கடிக்கு அவர் வைத்தியம் செய்தால், விஷம் வேப்பிலையில் இறங்கி வெளியே போயிருக்கும்.

ஊரில் சொந்த பந்தங்களுக்குக் கடிதம் எழுதவும் கோவிந்தசாமி தாத்தாவையே கூப்பிடுவார்கள். இன்லாண்ட் கவரில் பொடி எழுத்துகளில் இணுக்கி இணுக்கி எழுதுவார். எட்டு கடிதங்களில் எழுதவேண்டிய விஷயங்களை அரைக் கடிதத்தில் அடக்கிக் கொடுப்பார். அவர் கையெழுத்தைப் படிக்க வேண்டுமென்றால் ஐந்தாறு பூதக்கண்ணாடி தேவைப்படும். அப்படியும் மாடு கன்று போட்டதிலிருந்து, மச்சான் கல்யாணத்திற்கு மோதிரம் போட்டது வரை அனைத்து வீட்டு விஷயங்களும் அவரது கையெழுத்தின் வழியாகத்தான் வெளி உலகத்துக்குப் பயணப்பட்டுக்கொண்டிருந்தன. சமயத்தில் விவசாயக் கூலி வேலைக்கும் செல்வார்.

மாலைநேரங்களில், விளையாட்டு முடிந்ததும் நாங்கள் கோவிந்தசாமி தாத்தாவிடம் கதை கேட்கச் சென்றுவிடுவோம். கோயில் தூணில் சாய்ந்தபடி கதை சொல்லத் தொடங்குவார். அந்தக் கதைகளில் கிளிகளின் கழுத்தில் இளவரசனின் உயிர் இருக்கும்; பறக்கும் கம்பளங்கள் பாதாள தேசத்திற்குப் போய் வரும்; தவளைக்குட்டியாக மாறிவிட்ட ராஜா தண்ணீருக்கடியில் காத்திருந்து மீண்டும் மனிதனாகி மந்திரியின் சூழ்ச்சியை முறியடிப்பார்; பேரழகியாக வடிவம் கொண்ட பேய், காட்டு வழியில் பயணிப்பவனை சம்போகத்திற்கு அழைக்கும்;

கொள்ளிவாய்ப் பிசாசுகள் மனிதர்களிடம் தங்கள் கட்டை விரல்களை இழந்து 'இனிமேல் இந்தப் பக்கம் வரமாட்டேன்' என்று கதறும். கனவுகளிலும் கோவிந்தசாமி தாத்தாவின் கதைகள் தொடர... அப்படியே தூங்கிப்போவோம்.

வெள்ளைக்காரத் துரையிடம் வேலை செய்த அனுபவங்களைக் கேட்போம். "தஸ்ஸு புஸ்ஸுன்னு ஒரே இங்கிலீஷ்தான் போ..." என்று பீடிகையுடன் ஆரம்பிப்பார். "ஒரு தடவை வெள்ளைக்காரன் வீட்டுத் தோட்டத்துல ஒரு சாரையும், நல்லபாம்பும் பின்னிக்கிட்டிருந்தது. ஓடிப்போயி வெள்ளைக்காரன்கிட்ட, 'ஸ்நேக்ஸ்'னு சொன்னேன். 'ஸ்நாக்ஸ் தானே, கொண்டுவா'ன்னான், பேப்பரைப் படிச்சுக்கிட்டே. கொல்லையில இருந்த விறகுக்கட்டையால ரெண்டு பாம்பையும் அடிச்சி, நூலாக்கி கட்டைல சுத்தி எடுத்துட்டுப் போயி காட்டுனேன். அரண்டு போயிட்டான். அதுக்கப்புறம்தான் புரிஞ்சுது... ஸ்நாக்ஸுன்னா சாப்பிடற பொருளாமே!"

துரை கப்பலில் கூட்டிப் போன கதை; துரைசாமி முத்தம் கொடுத்த கதை; கிராமபோன் தட்டில் தோசைகள் சுட்டு அடுக்கிய கதை என சொல்லுவதற்கு நிறைய கதைகளையும், சுதந்திரத்தையும் கொடுத்துவிட்டு... அந்த வெள்ளைக்காரர்கள் ஊர் போய்ச் சேர்ந்தார்கள்.

எல்லாவற்றிற்கும் மேல், கோவிந்தசாமி தாத்தா எங்கள் மனதில் மிகப் பெரிய சாகச வீரனாக இடம்பெற்ற சம்பவம் ஒன்று நடந்தது. எங்கள் ஊர் பேருந்து நிலையத்துக்கு எதிரில் தார்ச்சாலை குண்டும் குழியுமாக இருந்தது. ஒவ்வொரு பள்ளமும் அரை அடி ஆழம் இருக்கும். மழைக்காலங்களில் அந்தச் சாலைப் பள்ளங்கள் தங்கள் ஞாபக அடுக்குகளில் மழைநீரைச் சேமித்து வைத்து, வருபவர்களை ஏமாற்றி உள்ளே விழவைக்கும்!

எத்தனை முறை நகராட்சியிடம் புகார் செய்தும் சாலை செப்பனிடப்படவில்லை. கோவிந்தசாமி தாத்தா ஒரு மழை நாளில் எங்களை எல்லாம் அந்தச் சாலைப் பள்ளத்திற்கு அழைத்துச் சென்றார். அருகிலிருந்த வயலில் நெல் நாற்றுகளைப் பிடுங்கி வரச் சொன்னார். அந்தப் பள்ளத்தில் மண் நிரப்பி, பிடுங்கி வந்த நெல் நாற்றுகளை நட்டு வைத்து, அதற்குப் பக்கத்தில் 'ஐ.ஆர்.எட்டு' என்றெழுதிய பலகையையும், 'விவசாயம் நடக்கிறது, மாற்றுப் பாதையில் செல்லவும்' என்ற பலகையையும் நிறுத்தி வைத்தார். நூறு அடி நீள அகலத்திற்கு

தார்ச்சாலையில் விவசாயம். நிமிடங்களில் வாகன இயக்கம் தடைபட்டுப் போனது.

வட்டாட்சியர் வரை தகவல் போய், சாலையைச் செப்பனிட்டு விடுவதாக வாக்களித்த பின்பே பலகை இடம்பெயர்ந்தது. கோவிந்தசாமி தாத்தாவினால் அழகான தார்ச்சாலை உருவானது!

வருடங்களை யாரால் கட்டிவைக்க முடியும்? கோவிந்தசாமி தாத்தாவுக்கு இப்போது தொண்ணூறுகளைத் தாண்டிய வயது. மூப்பின் காரணமாக மூளையும் மனதும் காட்சிகளை மாற்றி அடுக்குகின்றன. இறந்த மனைவியின் பேரைச் சொல்லி அழைத்து, "காபி கொண்டு வா" என்கிறாராம். திடீரென்று தொலைந்து போய் யாராவது எங்காவது பார்த்து அழைத்து வருகிறார்கள். "தொரை கூப்பிட்டாரு... மறுபடியும் போகணும்" என்று முணுமுணுக்கிறாராம்.

மாலையில் அவரது திண்ணையை நெருங்கும் சிறுவர்கள், "வாட் இஸ் யுவர் நேம்?" என்று கேட்டுவிட்டு ஓடிவிடுகின்றனர். யாருமற்ற வெட்டவெளியை நோக்கி, "மை நேம் இஸ்..." என்று தொடங்கி ஆங்கிலத்திலேயே பேசிக்கொண்டிருக்கிறாராம்.

குறிஞ்சிப் பாட்டு

பூக்கும்போது
அங்கிருந்தேன்.
காய்க்கும்போது
இங்கிருக்கிறேன்.
மரங்கள்
வருத்தப்பட்டுக்கொண்டிருக்கும்.
மனிதர்கள்
நினைத்துக்கொண்டிருப்பார்கள்.

– விக்ரமாதித்யன் நம்பி *('கிரக யுத்தம்' தொகுப்பிலிருந்து...)*

ஒவ்வொரு பூவும் தன்னை குழந்தைகளின் குவி மையப் பார்வையில் பார்க்கச் சொல்கிறது. குழந்தைகளுக்கும் பூக்களுக்கும் உள்ள தொடர்பு, விக்ரமாதித்தனுக்கு வேதாளம் சொல்லாத ரகசியமாய் தொடர்ந்துகொண்டிருக்கிறது.

ரத்தவோட்டம் உள்ள பூக்களாகத்தான் எல்லா குழந்தைகளும் பிரபஞ்சத்தின் தொப்புள்கொடியில் பூக்கின்றன. பிந்தைய நாட்களில் அதன் ஒவ்வொரு இதழிலும், காலம் தன் ராட்சஸ நகங்களால் முட்களைப் பொருத்தி காயம் செய்கிறது. ஒரு இதழில் துரோகத்தின் வன்முறை; இன்னொன்றில் தந்திரங்களின் காய் நகர்த்தல்; மற்றொன்றில் உதிரும் இரவுகளில் எரியும் காமம்; பிறிதொன்றில் மீளமுடியா துயரத் தடயங்கள்.

முதல்முறையாக ஏதோஒரு பூவைப் பார்த்த உங்கள் குழந்தைப்பருவ முகம் உங்களுக்கு ஞாபகமிருக்கிறதா...?

அது எந்தப் பூ..? செம்பருத்தியா? ரோஜாவா? மல்லிகையா? கனகாம்பரமா? மகிழம்பூவா? தாழம்பூவா? சாமந்தியா? பெயர் தெரியாத காட்டுப்பூவா?

அது எந்த இடம்..? செவிலித் தாயுடன் நோய்த்துகள்கள் மிதக்கும் மருத்துவமனையா? வௌவால்கள் தலைகீழாகத் தொங்கும் கோயில் பிராகாரமா? வானவில் உடைந்து கிடக்கும் மலைச்சரிவா? குறைந்த வெளிச்சத்தில் அணில் குஞ்சுகள் விளையாடும் உங்கள் வீட்டு முற்றமா? ராட்டினங்கள் கிறீச்சிடும் கிணற்றடி தோட்டமா?

அது எந்தத் தருணம்..? பனி கொட்டும் பின் விடியலா? சூரியன் ஸ்நேகமாகும் முன் காலையா? உறவினர்கள் ஒன்று கூடிய திருவிழா மதியமா? ஈக்கள் வந்து வந்து முகத்தில் அமரும் மரண வீட்டின் இறந்த முகத்திலா?

ஞாபக அடுக்குகளில் எத்தனை முறை தேடியும் அந்த முதல் பூ மட்டும் தன் மகரந்தக்குழல்களை மடித்து வைத்துக்கொண்டு ஒளிந்துவிடுகிறது. அந்த முதல்நாள் அறிமுகத்தின் மிச்ச ஆச்சர்யங்கள்தான் எல்லாப் பூவிலும் ஒளிந்துகொண்டு நம்மைப் பரவசப்படுத்துகின்றன.

பூச்செடிகளை குழந்தைகள் நேசிக்கக் காரணம், அதன் எட்டிப் பிடிக்கும் உயரம் என்றே தோன்றுகிறது. சட்டென்று பார்க்கையில் ஒரு பூச்செடி நிற்பது, ஒரு குழந்தை நிற்பது போலத்தான் கண்களுக்குத் தெரிகிறது. மண்ணின் கருவறையில் பூக்கள் புதிர் போடுகின்றன. குழந்தைகள் தங்களுக்கு மட்டும் தெரிந்த ரகசிய பாஷையில் அதை விடுவித்துக் கொண்டிருக்கின்றன.

கிராமத்தில் எங்கள் வீட்டுத்தோட்டத்தில் வெவ்வேறு பூச்செடிகள் இருந்தன. குப்பைமேடுகளிலும், காட்டு வயல்களிலும் அலைந்து திரிந்து பூச்செடிகளைத் தேடி எடுத்து வருவது அப்போதைய என் பொழுதுபோக்காய் இருந்தது.

ரோஜாச் செடிகள் எல்லாம் அப்போது பணக்காரச் செடிகள். எல்லாரது வீட்டுத் தோட்டத்திலும் செம்பருத்தியும், மல்லிகைச் செடியும் கட்டாயம் இருக்கும்.

சூரிய ஒளியிலிருந்து தீ விழுங்கி பூத்த மாதிரி செம்பருத்திப் பூக்கள் செவ்விதழில் இன்னிசை வழங்கும். கிராமபோன் குழல்கள் போலிருக்கும் அதன் சின்னஞ்சிறு இதழ்களில் காற்று வந்து கச்சேரி செய்யும்.

கிராமத்துவீடுகளின் தோட்டங்களில் குப்பைகொட்டிவைக்க இடம் இருக்கும். வருடம் முழுதும் உயர்ந்துகொண்டேயிருக்கும் அந்தக் குப்பை மேட்டில் தான்தோன்றித்தனமாக பல பூச்செடிகள் முளைத்திருக்கும். பெரும்பாலும் சாமந்தியும், தக்காளியும் அவ்விடத்தில் வளர்வதுண்டு. பார்ப்பதற்கு சாமந்திச் செடியும், தக்காளிச் செடியும் ஒரே மாதிரி இருக்கும். விரிந்த உள்ளங்கை விரல்கள் மாதிரி இலைகளும், ஏதோ ஒரு மாவட்டத்தின் வரைபடம் மாதிரி இருக்கும் இதழ் வடிவமும், இரண்டையும் ஒன்றாகவே காட்டும். இலைகளின் சொரசொரப்புத் தன்மையை வைத்து வேறுபாடு உணரலாம். நிறைய தடவை தக்காளிச்செடி நட்டு, சாமந்திப்பூக்களை எதிர்பார்த்து ஏமாந்து இருக்கிறேன்.

மல்லிகைப் பூக்கள் காற்றில் பரவும் வாசனையுடன் பாம்புகளை அழைத்து வந்துவிடும். ஆயினும் பூக்கள் பறிக்கப் போய் பாம்புகள் கடித்ததாக கிராமத்தில் இதுவரை எந்த வரலாறும் இல்லை. ஒருமுறை நாங்கள் ரோஜாச்செடி வளர்த்தோம்.

செம்மண் பாதுகாப்பில் உடைந்த முட்டை ஓடுகளே உரமாக, கொஞ்சம் கொஞ்சமாக ஒளிச்சேர்க்கை தொடங்கி யாரும் கவனிக்காத ஒரு நொடியில், கறுத்த மனிதனின் உள்ளங்கைபோல் ரோஜா பூத்தது. ஒரு செல்லப்பிள்ளையாக அதன் இருப்பை நாங்கள் கொண்டாடினோம்.

ஒரு கட்டத்தில், தினம் தினம் அருகில் வந்து தொட்டுப் பார்க்கும் எங்கள் முகங்கள் அதற்குப் பரிச்சயம் ஆகி, நாங்கள் அருகில் சென்றாலே கூடுதலாகப் பிரகாசிக்கும்.

மழை பெய்த நாளொன்றின் அந்தியில், ஏதோவொரு ஆடு கடித்து அந்த ரோஜாச் செடி தன் ஜனனத்தை முடித்துக்கொண்டது. அன்றிரவு எங்கள் சோற்றுப் பானையில் பசிக்கு பதில் துக்கம் தோய்ந்த வெறுமையே குடிகொண்டிருந்தது.

வாசனைக்கும் உபயோகத்துக்கும் மட்டுமா பூக்கள்? வாசனையற்ற பூக்களில், நிறங்களால் கிரீடம் சூட்டிவிடுகிறது இயற்கை. மஞ்சள் கொட்டி படர்ந்து கிடக்கும் நெருஞ் சிப் பூக்கள், ஊதா ஊற்றிச் செய்த கத்தரிப்பூக்கள், வெளிர் மஞ்சளும் பச்சையும் குழைந்த புளியம்பூக்கள், சிவப்பில் குளித்த செந்தாமரைப்பூக்கள், ஆழி வண்ணத்தில் சங்குப்பூக்கள், வெளிர்பச்சையில் பைத்தியமாக்கும் ஊமத்தம்பூக்கள், ரோஸ்

நினைவோ ஒரு பறவை ❖ 125

வண்ணத்தில் எறும்புகள் ஊரும் புங்கம்பூக்கள், காக்காப்பூக்கள், சூரிய ஒளியில் நிறம் வாங்கிய பீர்க்கம்பூக்கள், சப்பாத்திக் கள்ளிகளில் பூத்த அடர் மஞ்சள் பூக்கள்... என பல்வேறு பூக்கள், நிறங்களின் சூதாட்டத்தை நடத்திக்கொண்டிருக்கும்.

பூஜைக்குச் செல்வது குறித்த பெருமிதமோ, சுடுகாட்டுப் பாதைகளில் இறைந்து கிடப்பது குறித்த வருத்தமோ பூக்களுக்கு இல்லை. மொழிகளும் அர்த்தமுமற்ற ஒரு ஆழ்வெளியில் இருந்து அவை புன்னகைக்கின்றன.

மாநகரத்தில், மனிதர்களை வளர்ப்பதற்கே சிரமமாக இருக்கும்போது பூக்களை வளர்க்க இடமில்லை. லாரிகளில் மழை வெயிலில் நனைந்து மாநகரம் வந்தடையும் பூக்கள், பெரிய பெரிய 'பொக்கே'க்களாக மாற்றப்பட்டு முக்கிய விழாக்களிலும், கொண்டாட்டங்களிலும் பரிமாறப்பட்டு, வரவேற்பறையில் வாசனையும், வண்ணமும் இழந்து கருகி உதிர்கின்றன.

மாநகரம் தொட்டி தொட்டியாக வீட்டுக்குள் குரோட்டன்ஸ் செடிகளை வளர்க்கிறது. அதற்குப் பக்கத்தில் பூக்கவே பூக்காத போன்சாய் செடிகள், எல்லாவற்றையும் பார்த்துச் சிரித்தபடி!

சென்னைப் பல்கலைக்கழகத்தில் தமிழ் மொழித் துறையில் டாக்டர் வ.ஜெயதேவன் மேற்பார்வையில் நான் முனைவர் பட்டத்திற்காக ஆய்வு செய்தபோது, எம்.ஏ. தமிழ் இலக்கிய மாணவர்களுக்கு கௌரவப் பேராசிரியராக வகுப்புகள் எடுத்தேன். எம்.ஏ. முதலாண்டு மாணவர்களுக்கு மாதிரித் தேர்வு நடந்தது. தேர்வு மேற்பார்வையாளராக நியமிக்கப்பட்டு, மாணவர்களுக்கு கேள்வித் தாள்கள் கொடுத்துக் கொண்டிருந்தேன். தேர்வு தொடங்கி அரை மணி நேரம் கழித்து ஒரு மாணவன் வந்தான். சட்டையெல்லாம் செம்மண் படிந்திருந்தது. அரைமணி நேரத்திற்குப் பிறகு தாமதமாக வந்தால் தேர்வு அறையில் அனுமதிக்கக் கூடாது. நான் தாமதத்திற்கான காரணம் கேட்டேன். அதற்கு அந்த மாணவன் சொன்னது நெகிழ்வாக இருந்தது.

"காலைல பஸ் ஸ்டாப்ல நின்னுட்டிருந்தேன் சார். என்னைக் கடந்து ஒரு மாட்டு வண்டி போச்சு. வண்டி முழுக்க ரோஜாச் செடி. செம்மண் கொட்டி அதுக்கு மேல மஞ்சள், சிவப்பு, வெள்ளைனு வெவ்வேறு கலர்ல பூத்த ரோஜா

செடிங்கள பாலித்தீன் பைகளில் அடைச்சு பாக்கறதுக்கே சந்தோஷமா இருந்துச்சு சார். செடி அம்பது ரூபான்னு வித்துட்டிருந்தாங்க. கார், பஸ், ஸ்கூட்டர்னு ஹாரன் சத்தம் அதிகமா கேட்கவும் மாடு மிரண்டு தாறுமாறா ஓடுச்சு. வண்டி அப்படியே ஒரு சுவத்துல முட்டி குடை சாஞ்சிடுச்சி. எல்லாரும் அவங்க அவங்க வேலையா போறாங்களே ஒழிய, யாருமே இத கவனிக்கல. செடிங்க மேல பஸ் டயரு ஏறிப் போறத பாக்க பாவமா இருந்துச்சு. நான்தான் கூடமாட இருந்து எடுத்து அடுக்கி வைச்சேன். அதான் லேட்டாயிடுச்சு" என்றான்.

எனக்கு என் பால்யத்தை அவனிடம் பார்த்த மாதிரி இருந்தது. 'மாநகரத்துகு பாலித்தீன் பைகளுடன் வந்த ரோஜாச் செடிகளும், புத்தகங்களுடன் வந்த அந்த மாணவனும் பத்திரமாக வீடு திரும்ப வேண்டும்' என கவலைப்பட்டுக்கொண்டே அந்த மாணவனைத் தேர்வு எழுத அனுமதித்தேன்.

செம்மண் படிந்த கைகளால் தேர்வுத் தாளை வாங்கினான். 'குறிஞ்சிப் பாட்டில் கபிலர் சொன்ன தொண்ணூற்றி ஒன்பது பூக்களைப் பட்டியலிடுக..!' என்று முதல் கேள்வி இருந்தது.

எழுத்து, சொல், பொருள்.

'காதலைக் காதல் என்றும் சொல்லலாம்!'

– பூமா ஈஸ்வரமூர்த்தி

குழந்தைகள் ஒவ்வொன்றுக்கும் புதுப்புது பெயர்களைக் கண்டுபிடிக்கிறார்கள். எல்லாக் குழந்தைகளின் அகராதியிலும் 'நாய்' என்றால் 'ஜூஜூ'... பறவைக்கு 'கிக்கீ'! மொழி தோன்றுவதற்கு முந்தைய ஆதிவாசிக்கு, மரம் என்பது ஒரு சித்திரம். புலி என்பது ஒரு பயச்சித்திரம்.

ஒன்றிலிருந்து ஒன்றை அடையாளப்படுத்துவதற்காக மொழியும், பெயர்ச்சொற்களும் தோன்றியபோது, வாழ்க்கையின் ஆச்சர்யங்களும், புதிர்களும் தொலைந்துவிட்டன.

முதன்முதலில் ஒரு மரத்துக்கு 'மரம்' என்று பெயர் வைத்தவனுடைய கற்பனையின் பரவசம் அடுத்த தலைமுறைக்கு இல்லாமல் போயிற்று. மரத்தை மரமாகப் பார்க்காமல் மொழியறிந்த குழந்தைகள் மாமரமாகப் பார்க்கின்றன. உலகம் தன் இயந்திரக் கைகளால் ஒரு குழந்தையை சிறுவனாக மாற்றுகிறது. பின்னாட்களில் அந்தச் சிறுவன் மாமரத்தைக் கட்டிலாகப் பார்க்கிறபோது இளைஞனாகிறான்; கதவாகப் பார்க்கிறபோது குடும்பஸ்தன் ஆகிறான்; வெட்டி எரிக்கிறபோது வயோதிகன் ஆகிறான்.

கல்லூரியில் என்னுடன் படித்த நண்பன் கண்ணனை நினைக்கிறபோதெல்லாம் எனக்கு இந்த சிந்தனைகள்தான் மனதில் ஓடும். கண்ணன் ஒரு வளர்ந்த குழந்தை. ஒல்லியாகக் கிட்டத்தட்ட ஆறடி இருப்பான். கலைந்த கேசமும், கசங்கிய சட்டையும் அவனது அலட்சிய குணத்தின் வாயிற்படிகள்.

அஃறிணை, உயர்திணை என எதைப் பார்த்தாலும் கண்ணன் அதற்கொரு பட்டப்பெயர் வைத்துவிடுவான்.

கண்ணன் வைக்கும் பெயர்களின் ரசிகர்களாக கல்லூரியில் ஒரு பெரும் பட்டாளமே இருந்தது. கல்லூரி கேன்டீனுக்கு 'மரண விலாஸ்'; கணக்குப் பேராசிரியருக்கு 'கோழி'; முதல்வருக்கு 'நாட்டாமை'; பேருந்துக்கு 'நத்தை'; ஜாக்கிசானுக்கு 'அதிரடி அகத்தியர்' என்றெல்லாம், தொடக்க காலத்தில் கண்ணன் வைத்த பெயர்கள் இன்றைக்கும் எங்கள் கல்லூரியில் புழக்கத்தில் இருக்கின்றன.

பின்னாட்களில் கண்ணனின் மொழியறிவு முதிர்ச்சி அடைந்து, அவன் வைக்கும் உருவகப் பெயர்கள் முதல் பார்வையில் புரியாமல் போயின. உதாரணமாக மின்விசிறிக்கு 'குடிகாரன்' என்றும், உலகத்துக்கு 'மதுப்புட்டி' என்றும் நாமகரணம் செய்திருந்தான். யோசிக்கும்போதுதான் இரண்டுக்குமுள்ள தொடர்புகள் புலப்படும்.

ஒருமுறை கண்ணனை அவனுடைய பெற்றோர் அடித்து உதைத்து மனநல மருத்துவமனையில் சேர்த்திருந்தார்கள். எங்கள் வகுப்பே திரண்டு போய் பார்த்துவிட்டு வந்தோம். கல்லூரியில் மட்டுமல்ல, வீட்டிலும் கண்ணன் சதா நேரமும் பெயர் வைத்துக்கொண்டிருப்பதாகவும், தன் அப்பாவை 'கம்பி' என்றும், அம்மாவை 'சங்கிலி' என்றும் கூப்பிட்ட சம்பவம்தான் மனநல மருத்துவமனை வரை கொண்டுவந்திருக்கிறது என்றறிந்தோம்.

ஒரு எறும்பைப்போல கண்ணனின் மனம் எப்போதும் சொற்களைத் தேடி ஊர்ந்துகொண்டிருந்தது. மனநல மருத்துவருக்கு 'வான்கோழி' என்று பெயர் வைத்து, அவரிடமே அவன் சொன்னபோது, அவர் தன் சிறகுகளைக் காற்றில் விரித்துக் காட்டி சில மாத்திரைகளை எழுதித் தந்து, "காலப்போக்கில் சரியாகிவிடும்" என்று வீட்டுக்கு அனுப்பி வைத்து பெருமூச்சு விட்டதாக நண்பர் சொல்லக் கேட்டிருக்கிறேன்.

கண்ணனின் தேர்வுத்தாள்களைத் திருத்தும்போது கல்லூரிப் பேராசியர்களுக்கு புதுத் தலைவலி தொடங்கியது. பித்தாகரஸ் தேற்றத்தைப் பற்றிய கேள்விக்கு 'பிச்சாண்டியின் புதிர்' எனத் தலைப்பிட்டு விடை எழுதியிருந்தான் கண்ணன். கேள்விக்கான விடை சரியாக இருந்தது என்றாலும், மாற்றி

அமைக்கப்பட்ட பெயர்கள் கனவுகளிலும் பேராசிரியர்களைத் துரத்த ஆரம்பித்தன.

கல்லூரி இறுதியாண்டில் கண்ணன் அரூப வார்த்தைகளில் பெயர் வைக்க ஆரம்பித்தான். அந்த வார்த்தைகளில் தமிழ் இருந்தாலும், மொழியில்லாத மொழியின் சொற்களும் தென்பட ஆரம்பித்தன. கல்லூரித் தோட்டத்தில் திரிந்துகொண்டிருந்த ஒரு அணிலைப் பார்த்து 'கோடாண்ட கலீலோ' என்று அவன் பெயர் வைத்தான்.

அதுவரை அவனுடைய ரசிகர்களாக இருந்தவர்கள் அமானுஷ்யமான பயத்துக்குள் தாங்கள் தள்ளப்பட்டதாகவும், கண்ணனை முனி பிடித்துவிட்டதாகவும் பின்பு தெரிவித்தார்கள். சில வேளைகளில் வானத்தைப் பார்த்து ஏதோ பேசிவிட்டு அருகில் இருக்கும் பொருட்களுக்கு அரூபமாக பெயர் வைப்பான். அந்தப் பெயர்கள் யாருக்கும் புரிவதில்லை. கடவுளின் மொழி யாருக்குப் புரியும்?

நகரிலேயே பேரழகியான ஒருத்தியை கண்ணன் 'தொம்பித்தா' என்று அழைத்தபோது, ஏதோ கெட்ட வார்த்தையில் திட்டுகிறான் என்று அவள் எண்ணி செருப்பால் அடித்து சத்தம்போட்ட நாளில்தான் கண்ணனின் கல்லூரி வாழ்க்கை முடிவுற்றது.

அதற்குப்பிறகு, அவனைச் சந்திக்கும் சந்தர்ப்பங்கள் குறைந்து, நான் மேற்படிப்புக்காக சென்னைக்கு வந்துவிட்டேன். விடுமுறையில் ஊருக்குச் சென்றபோது கண்ணனைப் பற்றி விசாரித்தேன். ராணுவத்தில் சேர்ந்துவிட்டதாக நண்பர்கள் மூலம் பதில் வந்தது.

இதெல்லாம் நடந்து முடிந்து பத்து வருடங்களுக்குப் பிறகு, உலகத் திரைப்பட விழாவுக்காக டெல்லி சென்றிருந்தேன். ஈரானிய படமொன்றைப் பார்த்துவிட்டு, அந்தப் படம் எழுப்பிய அதிர்வலைகளுடன் உப்கர் திரையரங்குப் பக்கத்தில் இருக்கும் ஒரு சர்தார்ஜி ஹோட்டலில் தந்தூரி ரொட்டிக்காகக் காத்திருந்தபோது தற்செயலாக கண்ணனைச் சந்தித்தேன்.

எனக்கு அவனை அடையாளம் தெரியவில்லை. அவன்தான் என் பெயரை இனிஷியலுடன் சொல்லியழைத்து தன்னை அறிமுகப்படுத்திக்கொண்டான்.

கன்னம் உப்பிப் போய், தொப்பை விழுந்து, பஞ்சாபிகளைப் போல் சிவந்திருந்தான். ராணுவத்தில் அலுவலகப் பிரிவில்

வேலை பார்ப்பதாகச் சொன்னான். 'துப்பாக்கிகளுக்கும், தந்தூரி ரொட்டிகளுக்கும் என்ன பெயர் வைத்திருக்கிறாய்?' என கேட்க நினைத்தேன். பெயர் வைக்கும் குணத்தையே மறந்தது போல், டெல்லியின் குளிர் பனியைப் பற்றிக் கவலைப்பட்டுக் கொண்டிருந்தான்.

கடைக்கு வெளியே காரிலிருந்த ஒரு பெண்ணை தன் மனைவி என்றும், அருகிலிருந்த மூன்று வயது பையனை தன் மகன் என்றும் அறிமுகப்படுத்தினான். அந்த மூன்று வயதுப் பையன் என்னைப் பார்த்து புன்னகைத்து 'தாடிதா தக்கதா' என்றான். ஒரு கணம் கண்ணனும் நானும் ஸ்தம்பித்துவிட்டோம். நிச்சயம் அது இந்தி வார்த்தை இல்லை. கண்ணனின் மகன் எனக்கு வைத்த பட்டப்பெயர்!

அது... மழலைச் சொல் என்று மாற்றி நினைத்து திருப்தி கொள்கிறது மனசு.

இன்றே இப்படம் கடைசி!

'நானும் அவளும்
எதிரெதிரே வைக்கப்பட்ட
இரண்டு நிலைக் கண்ணாடிகள்
பிம்பத்துக்குள் பிம்பமாய்
பிரதிபலித்துக்கொண்டு
இரவும் பகலுமாய் நீளும் பயணத்தில்
யார் பிம்பம்? யார் பிரதிபிம்பம்?'

- கவிஞர் இந்திரன்

('மிக அருகில் கடல்' தொகுப்பிலிருந்து...)

'ஒளி உண்டாகக் கடவதாக!' என்றார் கடவுள்; ஒளி உண்டானது. 'சினிமா உண்டாகக் கடவதாக!' என்றார் மீண்டும்; தாமஸ் ஆல்வா எடிசன் உண்டானார். பின்னர், குகைகளின் சுவர்களில் செதுக்கப்பட்ட சிற்பங்களும் ஓவியங்களும் உயிருள்ளதாகி நடனமாடத் தொடங்கின.

இதெல்லாம் நடந்துமுடிந்து நீண்ட நாட்களுக்குப் பிறகு, எங்கள் கிராமத்துக்கு டூரிங் டாக்கீஸ் வந்தது. கூண்டு வண்டிகளில் இருபுறமும் போஸ்டர் ஒட்டி, ரேடியோ ஸ்பீக்கர்களில் 'இன்றே இப்படம் கடைசி' என்று திரையிடப் படும் படத்தின் பராக்கிரமங்களைச் சொல்லி, சிறுவர்கள் நாங்கள் பின்தொடர, நோட்டீஸ் கொடுத்துச் சென்றார்கள். மறக்காமல் ஒவ்வொரு தடவையும் கடைசியாக 'ஒளி, ஒலி அமைப்பு ஈஸ்வரி சவுண்ட் சர்வீஸ்' என்று முகவரியோடு, காது குத்து, கல்யாணம், மஞ்சள் நீராட்டு விழா போன்ற சுப நிகழ்ச்சிகளுக்கு அணுகச் சொன்னார்கள்.

ஆடாதொடை பூக்களின் வடிவத்தில் சாயம் போயிருந்த அந்த ஸ்பீக்கர்களின் வசீகரத்தில், நாங்கள் ஊர் எல்லை வரை சென்று வழியனுப்புவோம். இப்படியாக, மாட்டு வண்டிகளின் ஸ்பீக்கர் உதவியுடன் சினிமாவின் விதை எங்கள் ஊரில் விழத் தொடங்கியது.

ஒவ்வொரு உருவமும் தனது காதில் பேசும் ரகசியங்களை, ஒளி, ஒரு கறுத்த நிழலாக மொழிபெயர்க்கிறது. ஒளிக்கும் நிழலுக்குமான உறவின் சூட்சுமம் 'விக்ரமாதித்யனுக்கு வேதாளம் சொல்லும் கதை'யாக தினந்தோறும் தொடர்ந்து கொண்டிருக்கிறது.

ஒளி, உயரமான உருவங்களைச் சுருக்கி நிழலெடுத்து அகங்காரம் அழிக்கிறது. குட்டையான உருவங்களை நெடிதாக்கிக் காட்டி ஆறுதல் சொல்கிறது. 'ஒளி இல்லாத பொருள் ஜகத்தில் இல்லை; இருள் என்பது குறைந்த ஒளி' என்றான் பாரதி. ஒளி அவனது நிழலையும் வரலாற்றின் இருண்ட அறையில் புகைப்படமாக்கிவிட்டு, அடுத்தடுத்த நிழல்களைப் பிரதியெடுக்க விரைந்துகொண்டிருக்கிறது.

கிராமத்தில் இரவுச் சாப்பாட்டுக்குப் பிறகு எங்கள் பாட்டி கதை சொல்லத் தொடங்குவாள். வேப்பமரக் காற்றோடு திண்ணையில் அமர்ந்து 'உம்' கொட்டக் கொட்ட, பௌர்ணமி நிலவொளியில் மாய உலகம் தன் கதவுகளைத் திறக்கும்.

"ஒரே ஒரு ஊர்ல..." என்று ஆரம்பித்து ஏழு கடல் தாண்டி, ஏழு மலை தாண்டி, கதைகள் சஞ்சரிக்கும். பறக்கும் கம்பளம் மேகங்களைக் கிழித்து வானத்தில் பறக்கும். பஞ்சவர்ணக் கிளியின் கழுத்துச் சிமிழுக்குள் இளவரசியின் உயிர், அபயக்குரல் கொடுக்கும். மோதிரங்களை விழுங்கும் மீன்கள், துஷ்யந்தனின் ஞாபகங்களைக் களவாடும்.

பள்ளிக்கூடம் முடிந்து விளையாடும் பின்மாலைப் பொழுதுகளில் நாங்கள் விஞ்ஞானிகளாக மாறிவிடுவோம். விஞ்ஞானம் ஒரு பொம்மை மாதிரி. அது எப்போதும் சிறுவர்களின் கண்களாலேயே பார்க்கச் சொல்கிறது. ஆச்சர்யங்களையும், பிரமாண்டங்களையும், புதிர்களையும் திறந்துப் பார்க்க, சிறுவர்களின் மனநிலையை விஞ்ஞானம் கேட்கிறது. விஞ்ஞானிகள் பலரின் செயல்களில் குழந்தைத்தனம் கலந்திருப்பது இதனால்தானோ, என்னவோ!

விஞ்ஞானிகளான பிறகு நாங்கள் சொந்தமாக திரைப்படம் காட்ட ஆரம்பித்தோம். எங்கள் முதல் திரைப்படக் கருவியின் செய்முறை மிக எளிமையானது.

ஒரு தீப்பெட்டி, நீளமான சுருளாக ஒட்டப்பட்ட காகிதப் படங்கள், இரண்டு குச்சிகள். இவைதாம் எங்கள் முதலீடு. தீப்பெட்டியின் மத்தியில் சதுரமாக வெட்டிவிட்டு, மேலேயும் கீழேயும் இரண்டு குச்சிகளைச் செருகி, மேல் குச்சியில் காகிதச் சுருளை ஒட்டி, அதன் முடிவை கீழ்ச் சுருளில் கட்டியதும் கருவி தயார்.

கீழே இருக்கும் குச்சியைத் திருகத் திருக சதுர இடைவெளியில் படம் ஓடிக்கொண்டிருக்கும். சில நாட்களில் அனைவருக்கும் போரடித்துவிட்டது. செய்முறை எளிதென்பதால் எல்லா சிறுவர்களும் விஞ்ஞானிகளாக மாறி விட்டார்கள்.

மூத்த விஞ்ஞானிகள் வளர வேண்டாமா? நாங்கள் வேறு கருவிக்கு மாறினோம். இதன் முதலீடு, வீட்டுக்குத் தெரியாமல் திருடும் தைரியத்தைக் கேட்டது.

ஒரு நாற்பது வாட்ஸ் பல்பு, முகம் பார்க்கும் கண்ணாடி, சில ஃபிலிம் சுருள்கள். இவைதான் கச்சாப் பொருட்கள். பல்பின் மேல் பகுதியை உடைத்து விட்டு அதன் குடுவைக்குள் தண்ணீரை ஊற்றிக் கொள்வோம். பல்புக்கு முன்னால் சூரிய ஒளியில், முகம் பார்க்கும் கண்ணாடியைக் காட்டி, பிரதிபலிக்கும் ஒளி, பல்பில் விழுமாறு செய்வோம்.

பல்புக்கு பின்னால் ஃபிலிம் சுருளை வைப்போம். இவை அனைத்தும் ஒரு வெள்ளைச் சுவர் அல்லது வெண்திரை (அப்பாவின் வேஷ்டி) முன்னால் நடக்கும். ஃபிலிமில் இருக்கும் உருவம் பெரிதாகத் தெரிய, கூடியிருக்கும் சிறுவர் கூட்டம் குதூகலிக்கும்.

அந்தக்கால கிராமத்து மாந்தோப்புகளில் மாங்காய்கள் திருடு போவதெல்லாம், நாங்கள் காட்டும் இந்தப் படத்துக்குப் பையன்கள் தரும் கட்டணமாக இருந்தது.

இந்த எல்லா கண்டுபிடிப்புகளுக்கும் சவால் விட்டபடி, 'மருதமலை மாமணியே முருகய்யா...' என்றழைத்து டிக்கெட் கொடுத்து டூரிங் டாக்கீஸ் (சரிபாதி செந்தமிழில் 'டென்ட் கொட்டா') படம் காட்டிக்கொண்டிருந்தது.

கிராமத்தின் ஒரே பொழுதுபோக்கு அதுதான். ஆற்று மணலில் அமர்ந்தபடி, பொரி உருண்டை சாப்பிட்டுக்கொண்டு, சாம்பல் நிறத்தில் சாயம்போன திரையில் படம் பார்ப்போம்.

ஒருமுறை, நான் படம் பார்த்துக்கொண்டிருந்தபோது, இடைவேளையில் பக்கத்து ஊரைச் சேர்ந்த ஒரு அண்ணன், எங்கள் தெரு அக்காவுக்கு ஒரு கடிதம் கொடுத்து, என்னைக் கொடுக்கச் சொன்னார்.

அந்த அக்கா ரொம்பவும் அழகாக இருப்பார். கிராமத்திலேயே எட்டாவது வரை படித்தவர். செம்பருத்திப்பூ பறிக்க காலைகளில் எங்கள் வீட்டுக்கு வருவார்.

கடிதத்தை வாங்கியதும் எனக்கு கைகள் நடுங்கத் தொடங்கி விட்டன. டிக்கெட் கவுன்ட்டருக்கு அருகில் ஒளிந்து நின்று பிரித்துப் படித்தேன்.

'உனக்கு செகப்புத் தாவணி ரொம்ப அழகா இருக்கு. உன் தங்கச்சிகிட்ட என்னைக் காட்டி என்ன சொல்லிக்கிட்டிருந்தே? என்னையே பார்த்துப் பார்த்துச் சிரிக்குறா! மளிகைக்கடை அண்ணாச்சி சந்தேகப்படறாரு... நாளைக்கு கன்னியம்மன் கோயிலுக்கு வந்துடு' என்று எழுதி, கையெழுத்திட்டிருந்தது. ஏகப்பட்ட எழுத்துப் பிழைகள். கையெழுத்துக்கு மேல் 'கோடி முத்தத்துடன்' என்பதற்குப் பதிலாக 'கேடிமுத்தத்துடன்' என்றிருந்தது.

அந்த அக்காவின் அம்மாவுக்குத் தெரியாமல், கையைக் கிள்ளி கடிதத்தைக் கொடுத்தேன். நான்காக மடித்து தாவணிக்குள் செருகிவிட்டு என்னைப் பார்த்துச் சிரித்தது. நாலைந்து மாதத்துக்குள் இருவரின் வீட்டுக்கும் விஷயம் தெரிந்து சண்டையாகி, அந்த அக்காவும் அண்ணனும் கிணற்றில் விழுந்து தற்கொலை செய்துகொண்டார்கள். துஷ்யந்தனின் மோதிரத்தை விழுங்கிய மீன்கள், அவர்களின் கடிதங்களையும் விழுங்கியபடி நீந்திக்கொண்டிருந்தன.

அதற்குப் பிறகும், டூரிங் டாக்கீஸின் மணலுக்கடியில் விரல்கள் சேர்வதும், கண்பார்வை வழி காதல் தொடர்வதும் நடந்துகொண்டுதான் இருக்கிறது. இப்போது சவுக்கு கட்டைக்குப் பதில் ஆளுயர சுவர்கள் ஆணுக்கும் பெண்ணுக்கும் வேலி போடுகின்றன.

நினைவோ ஒரு பறவை ❖ 135

மாநகரத்து திரையரங்குகளில் மணல் மேடுகள் இல்லை. ஏ, பி, சி, டி என்று மாநகரம் ஆண்களையும் பெண்களையும் எண்களாக மாற்றி, சம உரிமை கொடுத்து உட்கார வைக்கிறது.

அகன்ற திரைகளில், டி.டி.எஸ். ஒலியுடன் மாநகரம் தொழில்நுட்பத்தின் துல்லியத்தை பார்வையாளர்களுக்கு அளிக்கிறது.

மாநகரத்து பெருந்திணைக் காதலர்களும், உடன் போக்கு ஜோடிகளும் கடைசி இருக்கைகளைக் கேட்டு வாங்கிப் படம் பார்க்கிறார்கள். கைக்கிளை அன்பர்கள், கழிவறைகளில் தத்தம் காதலியின் பெயரையோ, படத்தையோ கிறுக்கி, அதற்குக் கீழ் 'ஹார்ட்டின்' வரைகிறார்கள்!

கேளுங்கள், கொடுக்கப்படாது!

'என்ன வரம் வேண்டும்?' என்றார் கடவுள்!

அது தெரியாத நீர் என்ன கடவுள்?

– கவிஞர் நீலமணி

நம் குழந்தைப் பருவத்தின் புதிர்களைக் கேள்விகளே ஆக்கிரமித்திருந்தன. வளர வளர... நம் மீது வாழ்வின் சுமை வந்து விழுந்து விடுகிறது. ஒருசிலர் மட்டுமே பால காண்டம் கடந்தும் பசியடங்காமல் கேள்விகளுடன் வாழ்கிறார்கள். மாநகரம் ஒரு சரளைக்கல்போல என்னை உள்வாங்கி, கொஞ்சம் கொஞ்சமாகத் தன் டீசல் நதி ஓட்டத்தில் கூழாங்கல்லைப் போல் வனைந்துகொண்டிருந்த காலம் அது. கண் விழித்துப் பார்க்கும் ஒவ்வொரு பகலும், ஒவ்வொரு நிறத்துடன் வெயிலைக் கொண்டு வந்துகொண்டிருந்தது.

சில பகல்களின் வெயிலுக்கு புறக்கணிப்பின் வலி சூழ்ந்த வெம்மை நிறம்; சில பகல்களின் வெயிலுக்கு துக்கம் நிரம்பிய வெளிறிய நிறம்; சில பகல்களின் வெயிலுக்கு குற்ற உணர்ச்சி கலந்த தகிக்கும் நிறம். அப்போதைய என் ஒரே கவலை... பகலை எப்படிக் கொல்வது? பகலைக் கொல்வதற்குப் பல வழிகள் உள்ளன. பகலைக் கொல்வது சுலபம்.

ஆனால் அதன் எதிர்வினைகள் ஆபத்தானவை. கிளை நூலகங்களில் கயிறு கட்டித் தொங்கும் பென்சில்கள்போல ஏதோ ஒரு மூலையில் புத்தகங்களுடன் மூழ்கிப் போகலாம். புத்தகங்கள் எழுப்பும் உணர்வலைகள் மீண்டும் நம்மை ஒரு நிராசையின் பள்ளத்தாக்கில் தள்ளக்கூடும். ஜனசந்தடி மிக்க தெருவில் போகிற வருகிறவர்களைப் பார்த்தபடி ஒரு

ஓரமாக நின்றிருப்பதுபோல, நம் இருப்பு சுருங்கிக் கிடப்பதை ஞாபகப்படுத்தும் செயல் அது.

அரசாங்க அலுவலகத்தின் குமாஸ்தா மேஜையில் அமர்ந்தபடி மதியஉணவு உண்ட மயக்கத்தில் பல் குத்திக் கொண்டிருக்கலாம். அதற்கு, ஒரு வேலையும் மேஜையும் வேண்டும். இப்படிப்பட்ட பகல்கள்தான் என்னை இலக்கியக் கூட்டங்களை நோக்கிச் செல்லவைத்தன. மதிமாறனை நான் முதன்முதலில் சந்தித்தது அத்தகைய இலக்கியக் கருத்தரங்கம் ஒன்றில்தான்.

மதிமாறனின் வயது அப்போது நாற்பதுகளின் தொடக்கத்தில் இருந்தது. சராசரிக்கும் கூடுதலான உயரம். உயரத்துக்கேற்ற உடல்வாகு. நெற்றி மேட்டுக்கு மேலாக தலையில், ஒருகாலத்தில் சுருட்டைமுடிகள் இருந்ததற்கான சிற்சில அடையாளங்களும் வழுக்கைக்கான ஆரம்ப ஆயத்தங்களும் தெரியும்.

அந்தக் கூட்டத்தில் நான் மிகவும் மதிக்கும் எழுத்தாளர் ஒருவர் பேசிக்கொண்டிருந்தார். "வாழ்க்கை ஒரு நதியாக ஓடிக்கொண்டு இருக்கிறது..." என்று, அந்த எழுத்தாளர் பேசிக்கொண்டிருந்தபோது, "எந்தப் பக்கம் ஓடுது?" என்று ஒரு குரல் அரங்கத்தில் கேட்டது. எல்லாரும் குரல் வந்த திசையைப் பார்க்க, வெள்ளை ஜிப்பாவில் கைவிட்டபடி மதிமாறன் எழுந்து நின்று, "எந்தப் பக்கம் ஓடுது?" என்று திரும்பவும் கேட்டார். எழுத்தாளர் பேச்சை நிறுத்திவிட்டு மதிமாறனைப் பார்க்க, ஒரு கணம் அரங்கத்தில் ஆழ்ந்த அமைதி.

"எதிர்காலத்தை நோக்கி..." என்றார் எழுத்தாளர். மதிமாறன் அந்த பதிலைக் கேட்ட மாதிரி தெரியவில்லை. அதற்குள் அடுத்த கேள்விக்குத் தாவிவிட்டார். "கிரிக்கெட்ல இந்தியா தோற்றதைப் பத்தி என்ன நினைக்கறீங்க?" எழுத்தாளரின் முகம் இப்போது கடுமையானதொரு தொனிக்கு மாறிவிட்டது. "எனக்கு கிரிக்கெட் பத்தி தெரியாது... நான் பார்க்கறதில்ல... உங்களுக்கு என்ன வேணும்? என் கதையைப் பத்தி மட்டும் கேளுங்கோ" என்றார் எரிச்சலுடன்.

மதிமாறன் அடங்குகிற மாதிரி தெரியவில்லை. "சரி! பொருளாதார ஏற்றத்தாழ்வு ஏன் சரியாகலை?" என்று அடுத்தக் கேள்வி கேட்டு பதிலுக்குக் காத்திருந்தார்.

கூட்டத்தில் சற்று சலசலப்பு கூடி, மதிமாறனை வெளியே கூட்டிச் செல்ல நேரிட்டது. "இலக்கியம்னா வெங்காயம்.

வெங்காயத்தைக் கண்டுபிடிச்சது எந்த நாடு?" என்று சத்தம் போட்டுக்கொண்டே வெளியேறும் மதிமாறனின் உருவம் என் மனதில் ஆழமாய்ப் பதிந்துபோனது.

ஓரிரு நாட்களுக்குப் பிறகு, இன்னொரு கவிதைப் புத்தக வெளியீட்டு விழாவுக்குப் போயிருந்தேன். விழாவுக்கு வந்திருந்த ஏழெட்டு பேரில் மதிமாறனும் இருந்தார்.

நூலை வெளியிட்டு சிறப்பு விருந்தினர் பேசத் தொடங்கினார். அதற்காகவே காத்திருந்ததுபோல் மதிமாறன் எழுந்து நின்றார். "கவிதை எதனோட விதை?" என்று கேட்டுவிட்டு, பூர்வஜென்ம விரோதியைப் பார்க்கும் பாவனையில் பேச்சாளரின் பதிலுக்குக் காத்திருந்தார். "நீங்க பேசறதா இருந்தா கடைசியில நேரம் தர்றேன். மேடைல வந்து பேசுங்க" என்று நூலாசிரியர் கேட்டுக்கொண்டும் மதிமாறன் காதில் வாங்கிக்கொள்ளவில்லை. அடுத்த கேள்விகளைக் கேட்கத் தொடங்கினார்.

நான் மெல்ல அரங்கிலிருந்து வெளியேறி தேநீர்க் கடையைத் தேடிப் போனேன்.

அதற்குப்பிறகு, நான் சென்ற பல கூட்டங்களில் மதிமாறனையும் அவரது கேள்விகளையும் எதிர்கொள்ள நேர்ந்தது. ஒரு ஆக்டோபஸ்போல மதிமாறன் தன் கைகளை நீட்டி என் உலகத்துக்குள் நுழைவதாய் உணர்ந்தேன்.

இலக்கியக் கூட்டங்கள் மட்டுமல்லாமல் அரசு விழாக்கள், பல்கலைக்கழகக் கருத்தரங்குகள், வணிக நிறுவனங்களின் இலக்கியப் பங்களிப்புகள் என எந்தக் கூட்டத்துக்குச் சென்றாலும் மதிமாறன் கேள்விக் கணைகளுடன் அங்கு இருந்தார்.

'என் மனசாட்சியின் இன்னொரு உருவம்தான் மதிமாறனோ!' என்று நான் பயந்ததும் உண்டு. கூட்டங்கள் இல்லாத நாட்களில், கைகளை வீசி காற்றிடம் கேள்வி கேட்கும் மதிமாறனின் சித்திரம் ஒன்று அடிக்கடி என் மனதில் வந்துபோகும்.

ஒருநாள், பேச்சாளரின் அறுவை தாங்காமல் கூட்டத் திலிருந்து வெளியே வந்தேன்.

ஏற்கனவே, வெளியே நின்றிருந்த மதிமாறன், என்னைப் பார்த்துப்புன்னகைத்தார். பயத்துடன் பதிலுக்குப்புன்னகைத்தேன். "கேள்வி கேட்டா வெளியே துரத்துறாங்க... இலக்கியம் எப்படி

நினைவோ ஒரு பறவை ❖ 139

வளரும்?" என்றார் என்னைப் பார்த்து! எனக்கு முன்பே வந்து, கேள்வி கேட்டு வெளியேற்றப்பட்டிருக்கிறார் என்று புரிந்தது.

கிளம்பலாம் என்று எண்ணுகையில் எங்கள் அருகில் ஒரு ஸ்கூட்டி வந்து நின்றது. பற்கள் முன்துறுத்தி கறுத்த நிறத்திலிருந்த ஒரு பேரிளம்பெண் அதிலிருந்து இறங்கி மதிமாறனைப் பார்த்து, "இங்கதான் இருப்பீங்கன்னு நினைச்சேன்... எனக்கு ஆபீஸ்ல ஓவர்டைம் இருக்குன்னு சொன்னேன் இல்ல? குழந்தைய ஏன் ஸ்கூல்ல இருந்து கூட்டிக்கிட்டு வரலை?" என்று கேட்டார்.

அவர் மதிமாறனின் மனைவி என்று புரிந்தது. மதிமாறன் சங்கோஜத்தின் நுனியில் நின்றபடி என்னையும் தன் மனைவியையும் மாறி மாறிப் பார்த்தார். "கேஸ் தீர்ந்துடுச்சா... ஏன் போன் பண்ணலை? பர்ஸ்ல இருந்த ஐநூறு ரூபாயைக் காணோம்... என்ன பண்ணீங்க?" என அடுத்தடுத்த கேள்விகள், பதில் கூறுவதற்கு முன்பே மதிமாறனை நோக்கி வந்துகொண்டிருந்தன.

அவர் எல்லாவற்றுக்கும் ஈனஸ்வரத்தில் "உம்... உம்..." என சொல்லிக்கொண்டிருந்தார். நான் மெல்ல அந்த இடத்திலிருந்து நழுவினேன்.

அதற்குப் பிறகு, இன்று வரை மதிமாறனைப் பல கூட்டங்களில் கேள்விகளோடு சந்திக்கிறேன். ஏனோ, முன்பிருந்த எரிச்சலும் கோபமும் மறைந்து ஒரு இரக்க உணர்வையே இப்போதெல்லாம் அந்தக் கேள்விகள் ஏற்படுத்துகின்றன.

ஆமாம், வாழ்க்கை ஒரு நதியாக ஓடிக்கொண்டு இருக்கிறது. எந்தப் பக்கம் ஓடுகிறது!?

வெந்து தனிந்த காடு

மழையை விட, கடலை விட,
நதியை விட, குளத்தை விட
அதிமர்மமானதும்
அதிரகசியமானதுமான நீர்
கண்ணீர் !

– மாலதி மைத்ரி

(‘சங்கராபரணி’ தொகுப்பிலிருந்து...)

கடவுள் இறந்த இரண்டாம் நாள், அவரின் சடலத்தை அறுத்து பிரேதப் பரிசோதனை செய்கிறார்கள். இதயத்துக்கு பதில் அந்த இடத்தில் சிறு பள்ளமிருந்தது. அந்தப் பள்ளத்தில் சமையலறை விறகுகளின் கரும்புகையும், பெண்களின் கண்ணீர்த்துளிகளும் இருந்தன.

காலங்காலமாக ஒரு ஆண், ஒரு பெண்ணை அடிமைப் படுத்தும் போதும், துன்புறுத்தும்போதும் கடவுளின் இருப்பு கல்லறைக்கு இடம் பெயர்ந்துவிடுகிறது.

சிறுவயதில், நாங்கள் அப்பா–அம்மா விளையாட்டு ஆடுவோம். எங்கள் வயதுச் சிறுமிகள் வீட்டிலிருந்து எடுத்து வந்த அகல் விளக்குகளில் மண்ணை நிரப்பி சோறு பொங்கும் அம்மாவாக நடிக்க, சிறுவர்கள் நாங்கள் வேலைக்குச் சென்று வீடு திரும்பும் அப்பாவாக நடிப்போம்.

“என்ன கொழம்புடீ வெச்சிருக்க?” என்று நாங்கள் கேட்க...

“கத்திரிக்கா சாம்பார்” என்பார்கள் பயத்துடன்.

“மீன் கொழம்பு ஏன்டீ வெக்கல?” என்று ‘டீ’யை அழுத்திச் சொல்லி கோபப்பட்டு, இல்லாத பெல்ட்டை இடுப்பிலிருந்து உருவி அடிப்பதாய் பாவனை செய்வோம்.

அவர்களும் அழுவதாய் சிணுங்கி, “குடிச்சிட்டு காசே தர மாட்டேங்குறீங்க... நான் காட்டுல வெறகு பொறுக்கி வித்து சோறாக்குனேன். அதான்...” என்று தயக்கத்துடன் சொல்வார்கள்.

“எதிர்த்தா பேசற, முண்ட !” என்று, அவர்கள் தலைமுடியைப் பிடித்து கன்னத்தில் அறைவோம்.

எங்களுக்கு அப்பன் கொடுத்து, அப்பனுக்கு பாட்டன் கொடுத்து, பாட்டனுக்கு முப்பாட்டன் கொடுத்த ‘ஆண்’ என்னும் திமிர் எங்கள் பிஞ்சுக்கைகளில் குடியேறும். நாங்கள் திமிரோடும் பெண்கள் தியாகத்தோடும் வீடு செல்ல... விளையாட்டு முடிவுறும்.

‘நம் சமூகம் தாய்வழிச் சமூகம். இனக்குழுவின் தலைவியாக பெண்ணே இருந்தாள்...’ என்று ஆய்வுகள் சொல்கின்றன. வரலாற்றின் எந்தத் தருணத்தில், எந்த இடத்தில் பெண்ணின் கையில் இருந்து சிக்கிமுக்கிக்கல்லின் தீ பறிக்கப்பட்டு சமையல் அறையின் தீப்பெட்டி கொடுக்கப்பட்டதோ... சிறு தெய்வங்களான பெண் கடவுள்கள் பின்தள்ளப்பட்டு ஆண் கடவுள்கள் முன்னிறுத்தப்பட்டனவோ... அந்த தினத்திலிருந்துதான் ‘தியாகம்’ என்னும் இரும்புக்கம்பிக்குள் பெண்கள் தள்ளப்பட்டிருக்கக்கூடும்.

ஒவ்வொரு பெண்ணும் சமையல் உப்பிடமிருந்து விசுவாசத்தைக் கற்றுக்கொள்கிறாள். வெங்காயத்திடமிருந்து கண்ணீரைப் பெற்றுக்கொள்கிறாள். இட்லித்தட்டுகளிலிருந்து வெந்து தணியவும், ஈர விறகுகளிடமிருந்து உள்ளுக்குள் புகையவும் புரிந்துகொள்கிறாள். ஒரு சில பெண்கள் மட்டுமே இவற்றையெல்லாம் தாண்டி மிளகாயிடமிருந்து காரத்தையும், கோபத்தையும் கற்றுக்கொள்கிறார்கள், பரிமளா அக்காவைப் போல்!

பரிமளா அக்கா எனக்குப் பரிச்சயமானது, மாதத் தவணை ஏலச்சீட்டு பிடிக்கும் வீட்டில்தான்.

என் அப்பாவைப் பெற்ற பாட்டி, காஞ்சிபுரத்தில் ஒரு வீட்டில் ஏலச்சீட்டு கட்டிக்கொண்டிருந்தார்கள். அமாவாசை அன்று ஏலம் விடுவார்கள். மாதா மாதம் அமாவாசை அன்று பாட்டியுடன் நானும் எங்கள் கிராமமான கன்னிகாபுரத்

திலிருந்து காஞ்சிபுரம் சென்று வருவேன். அப்போது நான் மூன்றாம் வகுப்பு படித்துக்கொண்டிருந்தேன்.

மாலையில்தான் சீட்டு ஏலம் விடுவார்கள் என்றாலும், காலையிலேயே நானும் பாட்டியும் கிளம்பி விடுவோம். இப்போது கல்யாண மண்டபமாகிவிட்ட கிருஷ்ணா டாக்கீஸில் ஏதாவது ஒரு படம் பார்த்துவிட்டு, ஸ்ரீதர் கேப்பில் எண்ணெய் மிதக்கும் அப்பளத்துடன் மதிய சாப்பாடு. பின்பு மார்க்கெட்டுக்குச் சென்று காய்கறிகள் வாங்குவோம். பகலிலேயே மின்சார விளக்குகளை எரிய விட்டு அம்பாரமாக தக்காளி, உருளைக்கிழங்கு குவித்து வியாபாரம் செய்யும் மார்க்கெட்டைப் பார்க்கவே அந்த வயதில் பிரமிப்பாக இருக்கும். அதற்குள் மாலையாகி விடும். சீட்டு பிடிக்கும் வீட்டுக்குச் செல்வோம்.

நான் ஒரு தூணோரம் அமர்ந்து வேடிக்கை பார்ப்பேன். கூடம் முழுக்க பத்துப் பதினைந்து பெண்கள் அமர்ந்து ஏலம் கேட்டுக்கொண்டிருப்பார்கள். எனக்கு அந்த ஏலம் விடும் பாட்டியைப் பிடிக்கவே பிடிக்காது. ஏதாவது பேசினால், "சும்மா இருடா" என்று அதட்டும். நெற்றியில் பெரிய வட்டமாக குங்குமப்பொட்டு வேறு பயமுறுத்தும். அந்தச் சமயங்களில் பரிமளா அக்கா என்னை மடியில் தூக்கி வைத்துக்கொள்ளும்.

பரிமளா அக்காவுக்கு அப்போது இருபத்தைந்து வயதிருக்கும். காதில் பெரிய பெரிய வளையங்களைப் போட்டிருக்கும். பார்க்க அழகாக இருக்கும். ஏலம் முடிந்து, 'தள்ளு' பணம் போக மீதி காசு வாங்கிக்கொண்டு பாட்டியும் பரிமளா அக்காவும் அருகிலிருக்கும் ஏகாம்பரநாதர் கோயிலுக்கு அழைத்துச் செல்வார்கள்.

வௌவால்கள் கிறீச்சிடும் கோயில் பிராகாரத்தில் அமர்ந்து பேசிக்கொண்டிருப்பார்கள். பெரும்பாலும் அந்தப் பேச்சுகள் பரிமளா அக்காவின் விசும்பல் ஒலியுடன்தான் முடியும். "தெனமும் குடிச்சிட்டு வந்து அடிக்குறாரு பாட்டி. எதுக்கு எடுத்தாலும் சந்தேகம். யாராவது ஆம்பளைங்க வீட்டுக்கு வந்தா பேசக்கூடாது. தண்ணி கேட்டாக்கூட அவரேதான் கொண்டு போயி தருவாரு. வாசல்ல காய்கறிக்காரர்கிட்ட பேசுனாகூட உள்ள கூப்பிட்டு சிகரெட்டால சூடு வெப்பாரு... அதுவும் எங்க? கழுத்துக்குக் கீழ... தெனம் தெனம் செத்துப் பொழைக்குறேன்..!" என்று பரிமளா அக்காவின் அழுகை அதிகரிக்கும்.

"என்ன பண்றது... பொண்ணா பொறந்துட்டம்... பொறுத்துப் போ" என்று பாட்டியின் குரல் ஆறுதல் சொல்லும். கொஞ்சநேரம் கழித்து, "போலாமாடா?" என்று கண்ணீரைத் துடைத்தபடி பரிமளாக்கா லேசாகச் சிரிக்கும்.

பரிமளா அக்காவின் கணவர் ஒரு தனியார் வங்கியில் கடைநிலை ஊழியராகப் பணியாற்றிக்கொண்டிருந்தார். ஓரிரு முறை அவர்கள் இருவரும் சைக்கிளில் செல்லும்போது பார்த்திருக்கிறேன். கறுப்பாக பெரிய மீசையுடன், பரிமளா அக்காவின் அழகுக்குப் பொருத்தமில்லாமல் இருப்பார்.

'அடுத்தமுறை, பரிமளா மாமா சைக்கிளில் செல்லும்போது யாருக்கும் தெரியாமல் கல்லால் அடித்துவிட்டு ஓடிவிட வேண்டும்' என்று நினைத்துக் கொள்வேன். எங்களை பேருந்தில் ஏற்றிவிட்டு பரிமளாக்கா விடைபெறும். பேருந்தில் வரும்போது எதுவும் பேசாமலேயே பாட்டி மௌனமாக வருவார்கள்.

அடுத்த அமாவாசை சீட்டுக்கு நாங்கள் சென்றபோது பரிமளா அக்காவைக் காணவில்லை. எல்லாரும் அரசல் புரசலாக பரிமளாக்காவைப் பற்றிப் பேசிக்கொண்டது காதில் விழுந்தாலும் என்ன விஷயமென்று எனக்குப் புரியவில்லை. பாட்டியிடம் கேட்டதற்கு, "அடுத்த மாசம் வரும்டா" என்று மட்டும் சொன்னார்கள்.

'சின்னப் பையன்... பயந்துவிடுவான்' என்று அன்று அவர்கள் என்னிடம் மறைத்த விஷயம் ஓரிரு நாட்களில் வேறொரு உறவுக்காரப் பெண் மூலம் வெளிவந்தது.

பரிமளாக்கா, தன் புருஷனின் தலையை வெட்டிவிட்டதாம்! வெட்டிய தலையை இட்லி குண்டானில் வைத்து எடுத்துக் கொண்டுபோய், போலீஸ் ஸ்டேஷனில் சரண்டராகி விட்டதாம். கேஸ் நடக்கிறதாம்!

"உண்மையா?" என்று பாட்டியிடம் கேட்டேன். எதுவும் சொல்லாமல் அழுதுகொண்டிருந்தார்!

வளர்சிதை மாற்றம்

நினைவில் காடுள்ள மிருகத்தை
எளிதில் கட்டுப்படுத்த முடியாது
நான் நினைவில் காடுள்ள மிருகம்!

- கவிஞர் சச்சிதானந்தன்

புலி வளர்க்க காடும் காசும் இல்லாததால் சிறு வயதில் நாங்கள் நாய் வளர்த்தோம். செம்பழுப்பு நிறத்தில் கோதுமை மாவில் செய்த பொம்மைபோல் இருந்த அந்த நாய்க்குட்டிக்கு 'டைகர்' என்று பெயர் வைத்தோம். தன்னை 'டைகர்' என்று இனம் மாற்றிக் கூப்பிடுகிறார்களே என்று எந்த கர்வமும், குற்றச்சாட்டும் இன்றி கொட்டாங்குச்சியில் ஊற்றப்படும் பாலைக் குடித்தபடி, 'டைகர்' எங்கள் வீட்டைக் காடாக்கி, பழைய துணிகளையும் உடைந்த மரத்துண்டுகளையும் பற்களால் கடித்து வேட்டையாடிக்கொண்டிருந்தது.

ஒருநாள், மாலை விளையாட்டுப் பொழுதில் எங்கள் 'டைகர்' பற்றியும், விருந்தினர்களுக்கு அது தன் கால்களால் ஷேக்ஹேண்ட் செய்வதைப் பற்றியும் பெருமையடித்துக் கொண்டிருந்தேன். 'எங்கள் நாய்களுக்கும் டைகர் என்றுதான் பெயர் வைத்திருக்கிறோம்' என்று நண்பர்கள் சொல்ல, 'டைகர்' என்ற பெயரின் மீதிருந்த கவர்ச்சி காணாமல் போனது. மணி, முருகன், ஜிம்மி என்று பல பெயர்கள் பரிசீலிக்கப்பட்டு கடைசியில் '007' என்று நாமகரணம் செய்யப்பட்டது. தன் பெயரின் அர்த்தம் உணராமலேயே அது எங்களுக்காக விசுவாசத்துடன் துப்பறிந்துகொண்டிருந்தது.

ஒரு மழைக்காலத்தில், டைகர், சாலையைக் கடக்கையில், 'ஏழுமலையான் துணை' என்று எழுதிய லாரியில் அடிபட்டு

இறந்தது! அன்று முழுவதும் உணவருந்தாமல் நன்றியுடன் டைகருக்காகத் துக்கம் அனுஷ்டித்தோம்.

டைகர் இல்லாத தனிமையைப் போக்க எங்கிருந்தோ ஒரு பூனைக்குட்டியை தம்பி எடுத்து வந்தான். எல்லாப் பெயர்களையும் அலட்சியப்படுத்தி 'மியாவ்' என்று அழைத்தால் மட்டுமே திரும்பிப் பார்த்ததால் 'மியாவ்' ஆகவே அது எங்கள் வீட்டில் வளர்ந்தது. ஒரு குழந்தையின் அழுகுரலைப்போல் இரவெல்லாம் கத்தியபடி தூக்கத்தைக் கெடுத்ததால் அதை யாருக்கும் பிடிக்கவில்லை. பக்கத்து வீடுகளின் சமையலறைகளில் இருந்தெல்லாம் அதன் மீது புகார் பட்டியல்கள் வந்து கொண்டிருந்தும், தம்பியின் பிடிவாதத்தால் எங்களை உதாசீனப்படுத்தியபடி அது உலா வந்துகொண்டிருந்தது.

திடீரென்று ஒருநாள், என் தம்பிக்கு கிளி வளர்க்க ஆசை வந்தது. கிளியை வளர்த்து பூனை கையில் கொடுப்பதா? கோணிப்பையில் அதை அடைத்து எங்கோ விட்டுவிட்டு வந்தான். ஆலமரப் பொந்திலிருந்து கூண்டுக்கு இடம்பெயர்ந்த அந்தப் பச்சைக்கிளி, கோவைப்பழத்தையும் தக்காளியையும் தட்டில் வைக்கும்போதெல்லாம் எங்கள் விரல்களையும் சேர்த்துக் கொத்தியபடி தன் எதிர்ப்பைக் காட்டிக்கொண்டிருந்தது. சினிமா கிளிகளைப்போல் சொன்ன பேரைத் திருப்பிச் சொல்லாமல் 'கீக்கீ' என்று கத்திக்கொண்டிருந்ததால், அதன் மீதிருந்த சுவாரசியம் குறைந்தது. சித்தார்த்தன் புத்தனான ஒரு நள்ளிரவில், வெட்டவெளியை நோக்கிப் பறக்கவிட்டு அதற்கு விடுதலை கொடுத்தோம். சிறகின் இயல்பை மறந்த நிலையில் தடுமாறிக்கொண்டிருந்த அதைப் பிடித்து, ஒரு மரத்தின் மீதேறி கிளையில் அமர வைத்துவிட்டு வந்தான் தம்பி. மறுநாள் காக்கைகளால் கொத்தப்பட்டு அது இறந்து கிடந்தது.

குற்றவுணர்வுடன் கொஞ்சகாலம் எதையும் வளர்க்காமல் இருந்தோம். கரும்புத்தோட்டத்தில் பிடித்துக் கட்டி வைத்தி ருந்தார்கள் என்று சொல்லி அப்பா ஒரு நரிக்குட்டியை எடுத்து வந்தார். நீண்ட முகத்துடன் நாயின் அண்ணன் போல், அந்த நரி வீட்டில் வளர்ந்தது. நரி முகத்தில் விழித்தும் அதிர்ஷ்டமில்லாமல், நான் வழக்கம்போல் ஆங்கிலப் பாடத்தில் நூற்றுக்கு ஆறு மதிப்பெண்களே வாங்கிக்கொண்டிருந்தேன். எதை வைத்தாலும் தின்றுகொண்டிருந்த அந்த நரி, ஒரு நாள் யாருமறியாமல் தந்திரத்துடன் தப்பிச் சென்றுவிட்டது.

கொஞ்சகாலம், கொரிக்கலிக்காய் தழைகளைத் தீனியாகப் போட்டு கொட்டாங்குச்சியில் அடைத்து பொன்வண்டு வளர்த்தோம். கழுத்தில் கட்டப்பட்ட நூல் அனுமதித்த உயரத்தில் பறந்து பறந்து அது எங்களுக்கு விளையாட்டு காட்டியது! அடிவயிற்றில் உள்ள கோடுகளை எண்ணிப் பார்த்து, எத்தனை முட்டை இடும் என்று ஜோதிடம் சொன்னோம். தீப்பெட்டிச் சிறையில் அதை அடைத்து பள்ளியில் வேடிக்கை காட்ட எடுத்துச் சென்றபோது ஏமாற்றிப் பறந்துபோனது.

பொன்வண்டு விட்டுச்சென்ற வெற்றிடத்தை மீன்குஞ்சுகள் நிரப்பின. தங்க மீன்களும், கருப்பு ஃபைட்டரும் கண்ணாடித் தொட்டியில் நீந்தும் திசைகளுக்கெல்லாம் எங்கள் கண்களும் நீந்தின. கருப்புநிற நீச்சல் உடையில் ஒரு குட்டி மனிதனும் மீன்களுடன் நீந்தியபடி தண்ணீரில் முட்டை விட்டுக்கொண்டிருந்தான். ஒருநாள் அந்தக் கண்ணாடித் தொட்டி கீழே தள்ளிவிடப்பட்டு மீன்கள் கடித்துக் குதறப்பட்டிருந்தன. எங்கேயோ நாங்கள் விட்டு வந்த பூனையின் வேலையாகத்தான் இருக்கும் என்று எல்லோரும் நம்பினோம்.

அதற்குப்பிறகு, கோழி வளர்த்து, அது விருந்தினர்களுக்கு பிரியாணி ஆனதும், ஆடு வளர்க்கும் ஆசையைக் கைவிட்டோம். இடைப்பட்ட காலத்தில் ஹார்லிக்ஸ் பாட்டிலில் மின்மினிப் பூச்சிகளும், அட்டைப் பெட்டியில் முயலும் வளர்த்தோம். நாங்கள் விரும்பி வளர்த்தது போக, விரும்பாமலேயே பல்லிகள், கரப்பான் பூச்சிகள், தேள்கள், குளவிகள் என்று ஊர்வனவற்றில் தொடங்கி நடப்பன, பறப்பன வரை எங்கள் வீட்டில் வளர்ந்துகொண்டிருந்தன.

மீசை வளர்ந்து, மனதில் பொறாமையும், வஞ்சகமும், சூழ்ச்சியும், ஆசையும் வளர்ந்தபோது மற்றவற்றை வளர்க்கும் பழக்கம் நின்றுபோனது. இவை தானாகவே வளர்ந்து எங்கேயும் தொலையாமலும், இறக்காமலும் மனமென்னும் காட்டில் ஒன்றை ஒன்று அடித்துக்கொண்டிருக்கின்றன.

மிருகம் வளர்க்கும் மனமே... எப்போது ஓய்வுகொள்வாய்?

‘பா’ for பார்த்தசாரதி

‘‘இப்பவும்
அங்கேயேதான் இருக்கிறீர்களா?’’
என்றார்.
‘‘எப்பவும்
அங்கேயேதான் இருப்பேன்!’’
என்றேன்.

– கவிஞர் நகுலன்

முப்பது நாட்களுக்கான தூக்கம் என் கண்களில் அடைகாத்துக் கொண்டிருந்தது. நீண்ட நாள் பயணம் என்பதால் செய்து முடிக்கவேண்டிய வேலைகளை இழுத்துப் போட்டுக்கொண்டு செய்ததில் கண்கள் சிவந்து, வீங்கிப்போய் நெருப்புத் துண்டங்களாக மாறியிருந்தன.

முதல்முறை அமெரிக்கா செல்வதால் எடுத்து வைத்த ஆவணங்களை சரி பார்க்கக்கூட நேரமின்றி விமானநிலையம் விரைந்தேன். சென்னையிலிருந்து மும்பை சென்று, மும்பை யிலிருந்து நியூயார்க் என கிட்டத்தட்ட இருபது மணி நேர விமானப் பயணம்.

என் அமெரிக்கப் பயணம் அறிந்து, நண்பர்கள் ஆளாளுக்கு அறிவுரை என்ற பெயரில் அடிவயிற்றில் புளியைக் கரைத்திருந்தார்கள். அமெரிக்கத் தூதரகத்தில் விசா அதிகாரி யிடம் எப்படிப் பேசவேண்டும், அமெரிக்கா சென்றதும் இமிக்ரேஷன் அதிகாரியிடம் எப்படிப் பேசவேண்டும் என்றெல்லாம் அவர்கள் எடுத்த பாடத்தை நான் கடைசி பெஞ்ச் மாணவனாகக் குழம்பியபடி கேட்டுக் கொண்டிருந்தேன்.

"வெளிநாட்டு ஏர்போர்ட்ல ரொம்ப கவனமா இருக்கணும். நமக்கே தெரியாம யாராவது நம்ம பேக்ல போதை மருந்து போட்டுட்டாங்கன்னா நாமதான் மாட்டுவோம்!"

"ஸ்வீட்ஸ் எதுவும் கொண்டு போகாதீங்க! போன தடவை நான் மைசூர்பாகு கொண்டு போனேன். கஸ்டம்ஸ்ல மடக்கிட்டாங்க. ஒரு கிலோ மைசூர்பாகையும் சாப்பிடச் சொல்லி, அஞ்சு மணி நேரம் உட்காரவச்சி அனுப்பினாங்க!"

"மாத்திரை, மருந்து எடுத்துட்டுப் போனீங்கன்னா டாக்டர் கிட்ட ப்ரிஸ்கிரிப்ஷன் வாங்கிக்குங்க. இல்லைன்னா கஷ்டம்!"

– வெவ்வேறு திசைகளிலிருந்து வெவ்வேறு வழிகாட்டுதல்கள். நான் அறிவுரைகளின் திசையில் வழி தப்பிய குழந்தையானேன்.

ஆனால், அவர்கள் பயமுறுத்தியபடி எதுவும் நடக்க வில்லை. அமெரிக்கத் தூதரக நூலகத்தில் நான் உறுப்பினர் என்பதாலும், வாரா வாரம் புதன் மாலை அங்கு திரையிடப்படும் ஆங்கிலப் படங்களை பல வருடங்களாகப் பார்த்து வந்தவன் என்பதாலும் தூதரக கட்டடத்துக்குள் நுழைந்தபோது படபடப்பில்லாமல் இருந்தேன்.

எனக்கு முன் நேர்காணலுக்குச் சென்றிருந்த நான்கைந்து பின்னணிப் பாடகர்கள் 'தங்களுக்கு விசா கிடைக்கவில்லை' என்று தெரிவித்துவிட்டு, "கவனமா பதில் சொல்லுங்க. கண்ணைப் பார்த்துப் பேசுங்க!" என்றனர். 'அனுமதித்தால் அவர்கள் நாட்டுக்கு செல்லப் போகிறேன், இல்லையெனில் ஒன்றும் குறைந்துவிடப் போவதில்லை' என்னும் மனநிலையில் நான் எனக்கான வரிசையில் காத்திருந்தேன்.

தமிழில் நேர்காணலுக்கு விண்ணப்பித்திருந்ததால், ஐம்பது வயது மதிக்கத்தக்க வெள்ளைக்காரப் பெண்மணி என்னிடம் செந்தமிழில் தொடர்ச்சியாகக் கேள்வி கேட்டார்.

"என்ன வேலை செய்கிறீர்கள்..?"

"என்ன விஷயமாகச் செல்கிறீர்கள்..?"

"எத்தனை நாள் பயணம்..?"

"நீங்கள் இந்தியாவுக்குத் திரும்பி வருவீர்கள் என்பதற்கு என்ன உத்தரவாதம்?"

நான் சொன்னேன்... "நீங்கள் கோடி ரூபாய் கொடுத்தாலும் அமெரிக்காவில் தங்கமாட்டேன். என் வேலையும் வாழ்வும் இந்தியாவில்தான்!"

அந்தப் பெண்மணி புன்னகைத்தபடி, "உங்கள் பயணம் மகிழ்ச்சியாக அமைய வாழ்த்துகள்!" என்றார்.

இவ்வாறாக பத்து வருட விசா கிடைத்து, நான் மும்பை விமானநிலையத்தில் இறங்கியபோது அங்கு விதி வேறுவிதமாக விளையாடியது.

மும்பை உள்நாட்டு விமான நிலையத்தில் இறங்கியபோது நான் 'டிரான்ஸிட்' பகுதிக்குச் சென்று விமானநிலையத்தின் வாகனத்திலேயே பன்னாட்டு விமான நிலையத்திற்குச் சென்றிருக்க வேண்டும். முதன்முறை 'டிரான்ஸிட்'டில் செல்வதால் விமானநிலையத்தைவிட்டு வெளியே வந்து விட்டேன். சென்னையைப்போல் அல்லாமல் மும்பை உள்நாட்டு விமானநிலையத்துக்கும், பன்னாட்டு விமான நிலையத்துக்கும் அரை மணி நேரப் பயணதூரம் எனக்காகக் காத்திருந்தது.

நேரம் குறைவாக இருந்ததால் ஒரு டாக்ஸியைப் பிடித்து "பன்னாட்டு விமானநிலையம்" என்றேன். ஆரம்பத்தில் சிரித்து பேசிக்கொண்டே வந்த அந்த டாக்ஸி டிரைவர், பாதி வழியில் ஒரு பாலத்துக்கடியில் இருட்டில் வண்டியை நிறுத்திவிட்டு, ஒரு அட்டையை என் கையில் கொடுத்தான்.

அதில், 'A/c ரூ.5000 , Non A/c ரூ.4000' என்று எழுதியிருந்தது.

"அரை மணி நேர தூரத்துக்கு ஐயாயிரமா?" என்று நான் கோபத்தோடு கேட்டேன்.

"வேண்டுமானால் இங்கே இறங்கிக்கொள். ஆனால், இதுவரை வந்ததற்கு இரண்டாயிரம் ரூபாய் கொடு!" என்றான்.

விவாதத்தில் இறங்கினால் விமானத்தைத் தவறவிடும் வாய்ப்பிருந்ததால், வேறு வழியின்றி ஐயாயிரம் கொடுத்து பயணித்தேன்.

'நம் இந்தியர்கள் எவ்வளவு திறமையானவர்கள்! எப்படி எல்லாம் நூதனமாக ஏமாற்றுகிறார்கள்!' என்று வியந்தபடி இமிக்ரேஷனுக்குள் நுழைந்தபோது மீண்டும் கேள்வி மேல் கேள்விகள்.

“நான் ஒரு கவிஞன், திரைப்படப் பாடல் ஆசிரியன்!” என்றதும், என்னை மேலும் கீழும் பார்த்தார்கள். கண்கள் சிவந்து, சட்டை கசங்கி, இருபதுநாள் தாடியுடன் என் தோற்றத்தைப் பார்த்தால் அவர்கள் மட்டுமல்ல... என் மனைவிகூட என்னை அமெரிக்கா அல்ல, அடுப்படிக்குச் செல்லக்கூட அனுமதிக்கமாட்டாள்.

“அப்படி என்றால் ஜாவீத் அக்தரைப் போல நீங்களும் பாட்டு எழுதுபவரா?” என்று கேட்க, “ஆமாம்!” என்றேன்.

மீண்டும் மேலும் கீழும் பார்த்து அரை சந்தேகத்துடன் அனுமதித்தார்கள். ஒரு வழியாக ‘ஏர் இந்தியா’ விமானத்துக்குள் நுழைந்து முதிர் இளம் பணிப்பெண்களின் வழிகாட்டுதலில் இருக்கை தேடி அமர்ந்தபோது, என் பக்கத்தில் அமர்ந்திருந்த பார்த்தசாரதியிடம் சிக்கிக்கொண்டேன்.

பார்த்தசாரதி, முதல்பார்வையில் என்னை அடையாளம் கண்டுகொண்டார். பல வருடங்களாக பசித்திருந்த புலியைப் போல என்னைக் கொஞ்சம்கொஞ்சமாக விழுங்க ஆரம்பித்தார். பார்த்தசாரதிக்கு பூர்வீகம் தஞ்சாவூர். முப்பது வருடங்களுக்கு முன்பே மும்பை வந்து, ஒரே பையனைப் பெற்று, மனைவியை ஹார்ட் அட்டாக்குக்கு பறிகொடுத்து, சொந்தத் தொழிலை மேம்படுத்தி, இப்போது பிள்ளையும் மருமகளும் நியூஜெர்சியில் வாசம். ஆறு மாதத்துக்கு ஒரு முறை அமெரிக்கா போய் வருகிறார். பேரக் குழந்தையுடன் விளையாடலாம் என்றால் அவனுக்குத் தமிழ் தெரியாது.

இவருக்கு அவ்வளவாக ஆங்கிலம் தெரியாது. ஆங்கில ஆசிரியர் ரங்காச்சாரியின் வகுப்பைப் புறக்கணித்ததின் வலியை இப்போது உணருகிறார்.

பார்த்தசாரதி தன் எஃப்.எம்.மை நிறுத்திவைத்த நேரத்தில் நான் கழிவறை சென்று வந்தேன்.பேச்சு இப்போது தமிழ் இலக்கியத்தின் பக்கம் திரும்பியது. எல்லாப் பயணங்களிலும் எனக்கு மட்டுமே இப்படி நடக்கும். ஐந்தே ஐந்து புத்தகங்கள் மட்டுமே தன் வாழ்நாளில் படித்த அறிவுஜீவிகளிடம் மாட்டிக்கொள்வேன்.

“சார், நீங்க ஜெயகாந்தன் எழுதின ‘பொன்னியின் செல்வன்’ புத்தகம் படிக்கணும், என்னமா எழுதியிருக்காரு!” என்று பார்த்தசாரதி சொல்லிக்கொண்டிருக்கையில் தூக்கம் என் கண்களை தழுவிக்கொண்டிருந்தது.

“இப்படித்தான் ஒரு முறை காலேஜ் ஆண்டுமலர்ல நான் எழுதுன கவிதையைப் படிச்சுட்டு...” என்று பார்த்தசாரதியின் ‘திவி’ தொடர்ந்து ஒலிக்க, நான் தூங்கி விழுந்து கொண்டிருந்தேன்.

தன் முயற்சியில் சற்றும் மனம் தளராத பார்த்தசாரதி என்னை எழுப்பி, “வாங்க சார்! ஃப்ளைட்டுக்குள்ள ஒரு வாக்கிங் போய்விட்டு வருவோம்... இப்படியே உட்கார்ந்திட்டிருந்தா கால் ஜாமாயிடும்” என்றார். நான் மறுத்தால் என்னை இடுப்பில் தூக்கிச் செல்லும் உத்வேகத்தில் அவர் இருந்ததால், நான் தூக்கக்கலக்கத்துடன் பலியாடுபோல் அவர் பின்னால் நடந்தேன்.

திரும்பி வந்து இருக்கையில் அமர்ந்ததும், பார்த்தசாரதி எனக்கு பாடல் எழுதுவதற்கான பாடத்தை ஆரம்பித்தார். எப்படி எளிமையாக எழுதுவது என்றெல்லாம் அவர் விளக்கிக் கொண்டிருக்கையில் என்னை அறியாமல் எனக்குள் இருந்த அந்நியன் வெளிப்பட்டான்...

“மிஸ்டர் பார்த்தசாரதி! என் வேலையை நான் பார்த்துக்குறேன். உங்க வேலையை நீங்க பாருங்க. உங்க பக்கத்துல ஒரு டாக்டர் இருந்தா அவருக்கு எப்படி ஆபரேஷன் பண்றதுனு சொல்லித் தருவீங்களா? அப்புறம் கவிஞர்கள் மேல மட்டும் ஏன் இந்தக் கொல வெறி?” என்று வெடித்ததும் பார்த்தசாரதி தன் பண்பலையை மூடிக்கொண்டு, “உங்களுக்கு தூக்கம் வருதுனு நெனைக்கிறேன்” என்று முகத்தைத் திருப்பிக்கொண்டார்.

நண்பர்கள் பயமுறுத்தியபடி நியூயார்க் இமிக்ரேஷனிலும் எதுவும் நடக்கவில்லை.

“நான் கவிஞன், பாடலாசிரியன்!” என்றதும் விழி விரிந்து, “அமெரிக்காவைப் பற்றி நல்ல பாடலை எதிர்பார்க்கிறோம்!” என்றார்கள்.

வெளியே வந்து தூரத்தில் லக்கேஜுக்காகக் காத்திருந்த பார்த்தசாரதியைப் பார்த்து புன்னகைத்தேன். அவர் திருப்பிய முகத்தைத் திருப்பாமலே இருந்தார்!

'அ' for அமெரிக்கா

அமெரிக்கா செல்ல கான்சல் க்யூவில் அதிகாலையில் நிற்கும் சுரேஷ்களுக்கும், ரமேஷ்களுக்கும் ஒரு செய்தி! இது ஒருவழிப்பாதை என்பதை உணர்ந்துகொள்ளுங்கள். 'திரும்பி வந்து தாய்நாட்டுக்கு சேவை செய்யப் போகிறேன்' என்று ஜல்லியடிக்காதீர்கள். இந்த நாட்டைப் பொறுத்தவரை, நீங்கள் அனைவரும் நடுத்தரக் குடும்பங்களில் பெருமையாக பேசிக்கொள்ளத்தக்க, அதிகம் பயனில்லாத வஸ்துகள்தான். சென்று வாருங்கள்... குட்லக்!

- எழுத்தாளர் சுஜாதா

மூன்றாவது முறையாக அமெரிக்கா சென்றிருந்தேன். அமெரிக்கா என்றதும் சுதந்திர தேவி சிலை முன்போ, நியூயார்க் வீதிகளிலோ, நயாகரா முன்போ நான் நிற்கும் புகைப்படத்தை பிரசுரிப்பேனோ என்று வாசகர்கள் அச்சப்பட வேண்டாம். பயணங்களைப் பிடித்த அளவுக்கு பயணங்களில் எடுக்கப்படும் புகைப்படங்கள் மீது எனக்கு ஈடுபாடில்லை.

பொதுவாக புகைப்படங்களுக்கு சிரித்தபடி நிற்பது என்றாலே எனக்கு அலர்ஜி. சிறுவயதிலிருந்து எந்த ஒரு இடத்தையும் வியந்து, ஆழ்ந்து ரசிக்குமளவுக்கு பொறுமையற்றவன் நான். பாண்டியன் எக்ஸ்பிரஸ் ஒவ்வொரு பிளாட்பாரத்திலும் மூன்றே நிமிடங்கள் நிற்பதுபோல, என்னுடன் சுற்றுலா வந்தவர்களை அவசரப்படுத்திக்கொண்டே இருப்பேன். எதையும் பெரிதாக வியத்தல் இல்லையாதலால், கடவுள் எதிரே வந்து நின்றாலும் ஓரிரு நிமிடங்கள் உரையாடி விட்டு, காபி சாப்பிடக் கிளம்பிவிடுவது என் இயல்பு.

அமெரிக்கா என்றதும் உடனே என் நினைவுக்கு வந்தது கிச்சா என்கிற கிருஷ்ணமூர்த்திதான். காஞ்சிபுரத்தில் நான் ஒன்பதாம் வகுப்பு டியூஷன் படிக்கையில் உடன் படித்த வெங்கி என்கிற வெங்கட்ராமனின் அண்ணன் கிச்சா. கல்லூரி முடித்து வேலை தேடிக்கொண்டே ஏதேதோ ஆங்கில வகுப்புகளுக்குச் சென்றுகொண்டிருந்தான்.

மாலைநேரங்களில் பெருமாள் கோயிலின் நாமக்கோடுகளை ஸ்டெம்ப்பாக்கி நான், கிச்சா, வெங்கி இன்னும் சில நண்பர்கள் கிரிக்கெட் ஆடுவோம். முன்நெற்றியில் இருந்தே தொடங்கி விடுகிற குடுமி இடமும் வலமும் ஆட, கிச்சா பந்து வீசுவான். எத்தனை கவனமாக இருந்தாலும் ஒவ்வொரு முறையும் அவன் குடுமியின் ஊஞ்சல் ஆட்டத்தை வேடிக்கை பார்த்தபடி நான் என் விக்கெட்டை கோட்டை விடுவேன்.

வயதில் மூத்தவன் என்றாலும், கிச்சாவை நாங்கள் பெயர் சொல்லியே அழைப்போம். கிச்சாதான் எங்களுக்கு செஸ் விளையாடவும், ஸ்பின் பால் போடவும், கிராஸ் வேர்டு நிரப்பவும் சொல்லிக்கொடுத்தது. நாங்கள் பத்தாம் வகுப்புத் தேர்வுக்கு மும்முரமாகப் படித்துக்கொண்டிருந்தபோது கிச்சாவுக்கு அமெரிக்காவில் ஸ்காலர் ஷிப்புடன் மேற்படிப்பு படிக்க வாய்ப்பு வந்தது.

குடும்பத்தினர் புடைசூழ கிச்சா, மீனம்பாக்கம் புறப்பட்ட வேனில் அடியேனுக்கும் இடம் கிடைத்து, விண்ணில் ஏறி இறங்கும் விமானங்களை மிக அருகில் பார்த்து, டாட்டா காட்டிவிட்டு வந்தேன். வருடங்கள் கடந்து, கிச்சா குடுமி தொலைந்து கிராப் முடியுடனும், டைட் ஜீன்ஸுடனும் திரும்பி வந்தான். அவன் தந்த அமெரிக்க சாக்லெட்களின் தித்திப்பு ஆறேழு நாட்களுக்கு எங்கள் உள்நாக்கில் ஒட்டிக் கொண்டிருந்தது. நாங்கள் 'A for Apple'க்கு பதில் 'அ for அமெரிக்கா' என்றோம்.

முதல்முறை நான் அமெரிக்கா சென்றது வட அமெரிக்கா தமிழ்ச்சங்கங்களின் கூட்டமைப்பான 'ஃபெட்னா'வின் பொங்கல் விழாவில் கலந்துகொள்வதற்காக! சவுத் கரோலினாவில் நடந்த அந்த விழா தொடங்குவதற்கு பத்து நாட்களுக்கு முன்பே கிளம்பிச் சென்றுவிட்டேன். காரணம், அமெரிக்காவில் வசிக்கும் நண்பர்களைச் சந்திப்பதற்காக!

இந்த இடத்தில் என் அமெரிக்க நண்பர்கள் சுதாகரையும், ஹரியையும் உங்களுக்கு கழுகுப் பார்வையில் அறிமுகப்படுத்த விரும்புகிறேன்.

இருவரும் சென்னை, பச்சையப்பன் கல்லூரியில் என்னுடன் படித்தவர்கள். நான் தமிழ் இலக்கியமும், அவர்கள் முறையே இயற்பியலும் கணிதமும் கற்றோம். அதையும்விட என் தாயின் பிறந்தகமான சூளைமேட்டிலேயே அவர்களும் வசித்ததால் சிறுவயதிலிருந்தே கோடை விடுமுறையின் விளையாட்டுத் தோழர்கள்.

சுதாகரின் அப்பா பள்ளி ஆசிரியர். சுதாகர் ஒரே பையன். ஒவ்வொரு வீட்டிலும் கிளி வளர்ப்பது போல்; புறா வளர்ப்பது போல்; சுதாகர் வீட்டில் சிறுவயதிலிருந்தே அவன் மாமா பெண்ணையும் உடன் வளர்த்தார்கள். சுதாகர் அமெரிக்காவில் வேலை கிடைத்து மாமா பெண்ணைத் திருமணம் செய்துகொண்டு ஒரு நள்ளிரவில் மீனம்பாக்கத்தில் இருந்து வாஷிங்டன் டி.ஸி கிளம்பிப் போனான். நான் மீண்டும் ஒரு முறை, விண்ணில் ஏறி இறங்கும் விமானங்களை மிக அருகில் பார்த்து டாட்டா காட்டிவிட்டு வந்தேன்.

சுதாகர் அமெரிக்காவுக்குச் சென்ற இரண்டாவது மாதம், அவன் அப்பா மாரடைப்பில் இறந்து போனார். "கடனை உடனை வாங்கி இப்பதான் உன்னை அமெரிக்கா அனுப்புனோம். நீ வரலைன்னா பரவாயில்லை!" என்று சுதாகரின் அம்மா தொலைபேசியில் சொன்னதும், மறுமுனையில் சுதாகர் வெடித்து அழுதது இப்போதும் என் காதுக்குள் ஒலித்துக்கொண்டிருக்கிறது. நண்பர்கள் சேர்ந்து சுதாகரின் அப்பாவை நல்லபடி அடக்கம் செய்தோம். சுதாகரின் அம்மாவுக்கு கடந்த பதினைந்து ஆண்டுகளாக விசா கிடைக்காமல் சமீபத்தில் கிடைத்து அமெரிக்கா சென்று வந்தார்.

"அமெரிக்கா எப்படி இருக்கும்மா?" என்றேன். "ஊரா அது? ஒரே குளிரு. பேச்சுத் துணைக்குக்கூட ஆளே இல்ல!" என்றார்.

அடுத்து ஹரி. ஒரு மனிதன் 24 மணி நேரமும் உற்சாகமாக இருக்க முடியும் என்றால், அதற்கு உதாரணம் ஹரி. எந்த வேலையையும் ஈகோ பார்க்காமல் இழுத்துப் போட்டுக்கொண்டு செய்வான். பார்ப்பதற்கு ஹிந்தி நடிகர் போலிருப்பதால்

"பாம்பே பக்கம் போயிடாதடா... சல்மான்கான்னு நெனச்சி கூட்டம் கூடிடப் போகுது!" என்பேன். என் கிண்டலைப் புரிந்துகொள்ளாமல் "அப்படியா மச்சான்? அப்படின்னா நான் பாம்பேக்கு போகலை!" என்பான் வெள்ளந்தியாக!

ஒருமுறை, நாங்கள் நான்கைந்து நண்பர்களின் குடும்பங்கள் கடற்கரைக்குச் சென்றிருந்தோம். அவசரமாக சில தொலைபேசி அழைப்புகளுக்கு பதில் சொல்லவேண்டியிருந்ததால், நான் காரிலேயே இருந்துகொண்டேன். ஹரியை அழைத்து, "டேய்... நாலஞ்சு பொண்ணுங்க ஒண்ணா சேர்ந்திருக்காங்க. நெறைய கதை பேசுவாங்க! நீதான் குழந்தைங்க தண்ணியில எறங்காம பார்த்துக்கணும்!" என்றேன்.

இரவு வீடு திரும்பியதும் மனைவி என்னிடம் கேட்டாள், "ஹரி அண்ணாகிட்ட என்ன சொன்னீங்க?" நான் 'உம்...' என்று இழுத்தேன்.

மனைவி சொன்னாள், "அவரு எங்ககிட்ட சொல்றாரு... நீங்க எல்லாம் கதை பேசுவீங்களாம்! அவனுக்குத் தெரியாது, உங்களைவிட நான்தான் அதிகமா கதை பேசுவேன்னு!" அதுதான் ஹரி. பழகிய பத்தாவது நிமிடத்திலேயே உங்கள் மாமனாரின் மூட்டுவலியில் தொடங்கி, ஒன்றுவிட்ட சித்தப்பாவின் இடுப்பு வலி வரை அவர்களிடம் விசாரித்து அதற்கு நிவாரணமும் அளித்து, உங்களை குற்றவாளிக் கூண்டில் நிறுத்தி அட்டகாசமாகப் புன்னகைப்பான். இவர்களை நம்பித்தான் நான் அமெரிக்காவின் நியூயார்க் விமானநிலையத்தில் தரை இறங்கினேன்.

பொதுவாக, பயணங்களில் நான் அதிக சுமைகளை எடுத்துக் கொள்வதில்லை. ஒரு மாத அமெரிக்கப் பயணத்திற்கு நான் எடுத்துச் சென்றது நான்கைந்து ஜீன்ஸ்கள், ஆறேழு சட்டைகள், அவ்வளவுதான். முதுகில் மாட்டக்கூடிய ஒரு லெதர் பேக்குடன் நான் இறங்கியபோது, "மத்த லக்கேஜ் எங்கடா?" என்றான் ஹரி. "இவ்வளவுதான்டா" என்றேன்.

"மச்சி! நாளைக்கு நயாகரா போகலாம்" என்றான் சுதாகர்.

"நயாகரா எல்லாம் அப்புறம் பார்த்துக்கலாம். முதல்ல நான் தூங்கணும். அதுவும் ரெண்டு மூணு நாளைக்கு!" என்றேன்.

'க' for கதை கேளு!

அலுவலகத்தில் பதவி உயர்வு கிடைத்தாலும் மறைமுகமான விதிகள் பல இருப்பதை மெல்ல அறிவீர்கள். திறமைக்கு ஒரு ஆள், உழைக்க ஒரு ஆள், ப்ரமோஷன் வாங்கும்போது புறக்கணிக்கப்படுவதை ஏஷியன் அமெரிக்கன் என்பதால் ஓரளவுக்கு உங்களால் உணரமுடியும். அப்படி உயர்பதவி கிடைத்தாலும் க்யூபிக்கிள்ஸில் உட்காரவைத்து சம்பளம் கொடுப்பார்களே தவிர, முக்கியமான பணி தர மாட்டார்கள் என்பதை உணரும்போது உங்களுக்கு சுமார் முப்பத்தொன்பது, நாற்பது வயதாகியிருக்கும்!

– எழுத்தாளர் சுஜாதா

நியூயார்க் விமானநிலையத்திலிருந்து ஹரியின் வீடு இருந்த நியூஜெர்ஸியின் 'மெட்டாச்சின்' பகுதிக்கு காரில் சென்றுகொண்டிருந்தோம். "பயணம் எப்படிடா இருந்தது?" என்றான் ஹரி. பாம்பே டாக்ஸி தில்லுமுல்லு தொடங்கி, பார்த்தசாரதியின் அட்டகாசம் வரை சொல்லி முடித்தேன். "நாங்களும் இப்படி நிறைய தடவை ஏமாந்திருக்கோம்!" என்றான் சுதாகர். "விட்றா... All Indians are our brothers and sisters... ஏமாத்துனாலும் அவனும் நம்ம சகோதரன்தானே!" என்றேன். இருவரும் திரும்பி என்னை முறைத்தார்கள். 'அடங்குடா' என்பதுபோல் இருந்தது அந்தப் பார்வை.

"நியூயார்க் இமிக்ரேஷன்ல எதுவும் பிரச்னை இல்லையே?" என்றான் சுதாகர்.

"ரெண்டு, மூணு கேள்விதான் கேட்டாங்க. நான்கூட 'டெர்மினல்' படம் மாதிரி இருக்குமோனு பயந்துட்டே இருந்தேன்!" என்றேன்.

"அது என்னடா 'டெர்மினல்' படம்? நான் பார்க்கலையே... என்ன கதைடா?" ஹரி கேட்டான்.

சாலையில் ஒரு மான் நின்றுகொண்டிருப்பதைப் பார்த்து அவசரமாக பிரேக் போட்டான் சுதாகர். நியூயார்க் நகரிலிருந்து புறப்பட்ட பத்தாவது நிமிடமே இருபுறமும் மரங்கள் அடர்ந்த காடுகளும், தெளிந்த நீரோட்டம் கொண்ட நதிகளுமாக இயற்கை எழில் மிரட்டுகிறது. (எத்தனைக் காலம்தான் எழில் கொஞ்சிக்கொண்டிருக்கும்?)

தூய்மையான காற்று; அகன்ற சாலைகள்; மான்களும், முயல்களும் கடந்து செல்லும் மனிதர்களற்ற வனாந்திரம் என நியூயார்க் மட்டுமல்ல... நான் சென்ற அத்தனை அமெரிக்க மாகாணத்திலும் இந்தக் காட்சியைக் காண முடிந்தது. 'உலகின் பாதிக்கும் மேற்பட்ட நாடுகளைக் குப்பைத்தொட்டி ஆக்கிவிட்டு, தங்கள் நாட்டை மட்டும் அமெரிக்கர்கள் சுற்றுச்சூழல் கெடாமல் பாதுகாக்கிறார்களே!' என்று எண்ணிக் கொண்டேன்.

வண்டி மீண்டும் கிளம்பியதும், "நீ 'டெர்மினல்' படத்து கதை சொல்லுடா!" என்றான் ஹரி.

ஏதோ ஒரு கதையைக் கேட்டுக்கொண்டே இருக்க வேண்டும் அல்லது சொல்லிக்கொண்டே இருக்க வேண்டும் என்கிற ஹரியின் ஆர்வம் கல்லூரிக் காலத்திலிருந்து அப்படியே தொடர்வதை அறிந்து எனக்கு ஆச்சரியம் வரவில்லை. இந்தியா, கதைகளின் தேசம். பல நூற்றாண்டுகளாக நாம் கதை சொல்லியே வாழ்ந்து வந்திருக்கிறோம். சரித்திரக் கதை, ஆன்மிகக் கதை, மன்னர்கள் கதை, மிருகங்களின் கதை என இந்தியாவில்தான் எத்தனை விதமான கதைகளின் விதைகள் ஊன்றி வளர்ந்திருக்கின்றன. ஒருவேளை கதைகளின் வெளியில் நடமாடும் நிழல்கள்தான் இந்திய மனமோ!

சிறுவயதில், ஆயாவின் மடியில் சாய்ந்தபடி நானும் நிறைய கதை கேட்டிருக்கிறேன். ஆயாவின் சேலையிலிருந்து வீசும் வியர்வை வாசம், சமையலறை புகை வாசம், விபூதி வாசம் எல்லாம் கலந்து அந்தக் கதைகளுக்கு ஒரு அமானுஷ்யத் தன்மையை அளித்திருக்கின்றன. அந்தக் காலத்தில் 'இளவரசி வானத்தில் பறந்தாள்', 'இளவரசன் பள்ளத்தாக்கில் குதித்தான்' என்கிற அதீத கற்பனைகளை எல்லாம் ஆயா சொன்னதற்காகவே நாங்கள் நம்பியிருக்கிறோம்.

ஆயாக்கள் தூங்குவதற்காக கதை சொல்வார்கள். நான் ஹரிக்கு தூங்கிக்கொண்டே கதை சொன்னேன். ‘டெர்மினல்’ ஸ்பீல்பெர்க் இயக்கிய படம். டாம் ஹாங்ஸ் கதாநாயகனாக நடித்திருப்பார். க்ரகோஷியா என்ற சிறு நாட்டிலிருந்து டாம் ஹாங்ஸ் நியூயார்க் விமானநிலையம் வந்திறங்குவார். அவர் பயணம் செய்து வந்த நேரத்தில் அவரது நாட்டில் உள்நாட்டுக் கலகம் நடக்க, அவரது நாட்டுக்கான அங்கீகாரத்தை அமெரிக்கா நீக்கிவிடும்!

இந்தச் சம்பவம் ஏதும் தெரியாமல், நியூயார்க் இமிக்ரேஷனில் இவர் பாஸ்போர்ட்டை நீட்டியதும் ‘அப்படி ஒரு நாடே இல்லை’ என்று அனுமதிக்க மறுப்பார்கள். திடீரென நாடற்றவர் ஆகிவிட்டதால், அவரால் விமான நிலையத்தைத் தாண்டி நியூயார்க் நகருக்குள்ளும் செல்லமுடியாது; திரும்ப சொந்த தேசத்துக்கும் போக முடியாது. ஆங்கிலம் தெரியாத இவரை கஸ்டம்ஸ் அதிகாரி ஒருவர் பாடாய்ப் படுத்துவார். இவர் எவ்வளவோ விவாதித்தும் அந்த அதிகாரி இவரை உள்ளே விடமாட்டார்.

இவரது பாஸ்போர்ட்டையும் விமான டிக்கெட்டையும் பறிமுதல் செய்துவிடுவார். இவருடன் கூடவே ஏழெட்டு பேர் அனுமதி மறுக்கப்பட்டு நின்றிருப்பார்கள். ஏதோ ஒரு மூலிகைத் தைலம் கொண்டு வந்ததற்காக ஆப்ரிக்கத் தம்பதிகள்; பெயர் காரணமாக ஒரு இஸ்லாமியர் என ஒவ்வொருவருக்கும் ஒவ்வொரு காரணம். வேறு வழியின்றி டாம் ஹாங்ஸ் அதிகாரிகள் அறியாமல் விமானநிலையத்திலேயே தங்கி, விமானநிலைய கழிவறையில் குளித்து, அதையே தனது வீடாக்கிக்கொள்வார். இது அந்த அதிகாரிக்கு பெரும் தலைவலியாகிவிடும்.

இவரை விமானநிலையத்திலிருந்து வெளியேறச் செய்து, திருட்டுத்தனமாக அமெரிக்காவில் நுழைய முயன்றதாக குற்றம் சுமத்தி நாடு கடத்திவிடலாம் என திட்டங்கள் போடுவார். இதனிடையே விமானநிலையத்தில் ஒரு கடையில் வேலைக்குச் சேரும் டாம் ஹாங்ஸிக்கு லுப்தான்ஸா விமானப் பணிப்பெண் ஒருவருடன் காதல் தொடங்கும். தன்னை ஒரு தொழிலதிபர் என்றும், பல நாடுகளுக்கு பயணிப்பவன் என்றும் சொல்லி அந்த விமானப் பணிப்பெண்ணுடன் தன் நட்பைத் தொடர்வார்.

இவரது நல்ல குணமும், புன்னகைக்கும் முகமும், பழகும் தன்மையும் விமானநிலையத்தில் உள்ள அத்தனை தொழிலாளர்களுக்கும் பிடித்துவிடும். அவர்கள் அனைவரும் சேர்ந்து போராட்டம் நடத்தி, ஒரு வழியாக அந்த அதிகாரி இவரை நியூயார்க் நகருக்குள் அனுமதிப்பார்.

விமானநிலையத்தில் இருந்து வெளியே வரும் டாம் ஹாங்ஸ் ஒரு டாக்ஸியைப் பிடித்து, நியூயார்க் நகரிலிருக்கும் ஒரு ஹோட்டலுக்குப் போகச் சொல்வார். அந்த விடுதியின் நடன அறையில் ஒருவர் சாக்ஸபோன் வாசித்துக்கொண்டிருப்பார்.

டாம் ஹாங்ஸ் அவரிடம் சென்று, “எங்க அப்பா உங்க இசைக்கு ரசிகர். உங்ககிட்ட ஆட்டோகிராஃப் வாங்கணும்னு சாகும்வரை சொல்லிக்கிட்டே இருந்தார். அவருக்காக ஒரு ஆட்டோகிராப் ப்ளீஸ்!” என்பார்.

ஆட்டோகிராஃப் வாங்கி முடித்ததும் வெளியே வந்து டாக்ஸியைப் பிடித்து “நியூயார்க் விமான நிலையம் போ!” என்பார். அவரது பயணத்தின் நோக்கமே அதுதான். அத்துடன் படம் முடியும்.

“செம படம்டா, உடனே பார்க்கணும்!” என்றான் ஹரி.

“படம் பார்த்தின்னா எந்த ஏர்போர்ட்டுக்கும் போகமாட்டே... அவ்வளவு துல்லியமா காட்டியிருப்பார் ஸ்பீல்பெர்க்!” என்றேன்.

ஹரியின் வீடு வந்து சேர, வாசலுக்கே வந்து வரவேற்றார் ஹரியின் மனைவி உமா. ஹரியும், உமாவும் காதல் திருமணம் செய்தவர்கள். செங்கல்பட்டிலிருந்து சூளைமேட்டிற்கு தொடர் வண்டியில் வந்து நுங்கம்பாக்கத்தில் ஒரு கணிப்பொறி மையத்தில் உமா படிக்க, அதே மையத்தில் படித்த ஹரிக்கும், உமாவுக்கும் இடையே காதல் தன் சிக்குபுக்கு எஞ்சினுடன் ஓடிக்கொண்டிருந்த காலம் அது. இவர்களின் புகைவண்டிக் காதலுக்கு நானும் சில வேளைகளில் கடிதம் சுமந்திருக்கிறேன்.

உமா, பிராமணப் பெண் என்றாலும் எனக்காக ஏதேதோ புத்தகங்களைப் பார்த்து சிக்கன் சமைத்திருந்தார். “எங்க வீட்ல ஃபர்ஸ்ட் டைம் இப்பதான் நான்வெஜ் சமைக்கிறோம். அதுவும் நீ வர்றேன்னு!” என்றான் ஹரி. ‘அய்யரு பொண்ணு மீன் வாங்க வந்தா லவ் மேரேஜுனு தெரிஞ்சிக்கோ’ என்று ‘ரன்’ படத்தின் ‘தேரடி வீதியில்’ பாடலில் நான் எழுதிய

வரிகள் நினைவிற்கு வந்தன. ஹரியின் பிள்ளைகள் இருவரும் தமிழ் பேசினால் புரிந்துகொள்கிறார்கள்.

ஆனால், பதில் ஆங்கிலத்தில் வருகிறது. தாய்மொழியில் தடுமாற்றமுள்ள அடுத்த தலைமுறையை அமெரிக்கா முழுவதும் பார்க்க நேரிட்டது. உணவு மேஜையில் அமர்ந்ததும் "We don't want Indian food" என்று அவர்கள் அடம்பிடித்ததைப் பார்க்கையில், கல்லூரிக் காலங்களில் கையில் இருக்கிற காசை அவ்வப்போது எண்ணிப் பார்த்துக்கொண்டே கையேந்தி பவன்களில் நானும், ஹரியும் சாப்பிட்ட பசித்த காலங்கள் நினைவுக்கு வந்தன.

உணவு முடிந்து, "முட்டு அங்கிள்! குட் நைட்" என்று அவர்கள் விடைபெறுகையில் 'முத்து' என்கிற என் பெயரை முட்டுச்சந்தில் முட்டிவிட்டார்களே இந்தப் பிள்ளைகள் என்று அவர்களுக்காக ஆதங்கப்பட்டேன். கலாசாரம் என்னும் ஊஞ்சல் எங்களுக்கிடையே இடைவெளியோடு ஆடிக் கொண்டிருந்தது. எனக்காக ஒதுக்கப்பட்ட அறையில் உறங்கப் போகையில் ஹரியிடம் சொன்னேன், "நானா எழுந்திருக்கிற வரை எழுப்பாதே! தூக்கம் கண்களில் மிச்சம் இருக்கு!"

"சரிடா!" என்றான். ஆனால், நள்ளிரவு ஒரு மணிக்கெல்லாம் விழிப்பு வந்துவிட்டது. வரவேற்பறையில் குரல் கேட்க, வெளியே வந்தேன். ஹரியும், சுதாகரும் பேசிக் கொண்டிருந்தார்கள்.

"என்னடா தூக்கம் வரலையா?" என்றான் சுதாகர்.

"ஆமாடா" என்றேன்.

"அதுக்குப் பேருதான் ஜெட்லாக். ரொம்ப பசிக்குமே! இரு, தோசை ஊத்தறேன். நீ எழுந்து வருவேன்னு தெரியும். அதனாலதான் முழிச்சிக்கிட்டிருந்தோம்!" என்றான் ஹரி. அடுத்த நாள் காலை அவர்களுடனும் அரைத் தூக்கத்துடனும் அமெரிக்காவைச் சுற்றிப் பார்க்கக் கிளம்பினேன்.

'இ' for இலை, தழை

நான் உலகம் முழுக்க பயணித்திருக்கிறேன். புல்லின் மேலிருக்கும் பனித்துளியை மட்டும் ரசிக்க மறந்துவிட்டேன்!

– ரவீந்திரநாத் தாகூர்

World Trade Centre-ல் இருந்து நியூயார்க்கின் டைம்ஸ் ஸ்கொயருக்கு டாக்ஸியில் கிளம்பினோம். நடிகர் கமல்ஹாசன், ஜோதிகாவுடன் 'மஞ்சள் வெயில் மாலையிலே' என்று 'வேட்டையாடு விளையாடு' படத்தில் பாடியபடி நடந்து சென்ற சாலைதான், நியூயார்க்கின் பிரசித்தி பெற்ற டைம்ஸ் ஸ்கொயர்.

உலகத்தில் உள்ள அத்தனை மொழி பேசும் மக்களையும் ஒரே சாலையில் சந்திக்க முடியுமா? பள்ளத்தாக்கு முழுக்க பூ பூத்ததைப்போல் அத்தனை முகங்களிலும் இனம் புரியா புன்னகையையும், உற்சாகத்தையும் தரிசிக்க முடியுமா? முடியும் என்றால் நீங்கள் டைம்ஸ் ஸ்கொயருக்கு செல்ல வேண்டும்!

வாழ்க்கை எப்பொழுதும் விசித்திரமானது. வெவ்வேறு மனித முகங்கள் பொருத்திய கம்பளங்களை அது தினமும் நம் முன் விரித்துக்கொண்டே இருக்கிறது. இருபுறமும் வானுயர்ந்த கட்டிடங்களுக்கு நடுவே டைம்ஸ் ஸ்கொயர் வீதியில் மக்களுடன் மக்களாய் நடந்து செல்கையில், ஏனோ என் மனதில் சென்னை, தி.நகர், ரங்கநாதன் தெருவில் நடந்து சென்றது ஞாபகம் வந்ததைத் தவிர்க்க முடியவில்லை.

'எங்கும் பாரடா இப்புவி மக்களை!

பாரடா உன் மானுட பரப்பை!

என் குலம்! என் இனம்! என்றுனை

தம்முன் ஆழ்த்திய மக்கள் பெருங்கடல்

பார்த்து மகிழ்ச்சி கொள்!

அறிவை விரிவு செய்! அகண்டமாக்கு!

விசாலப் பார்வையால் விழுங்கு மக்களை!

மானிட சமுத்திரம் நானென்று கூவு!'

– என்ற பாரதிதாசனின் வரிகளை அசை போட்டபடி நடந்தேன்.

"இதுதான் எம்பயர் ஸ்டேட் பில்டிங். உலக அதிசயத்துல ஒண்ணு" என்று சுதாகர் சொல்ல, நாங்கள் எம்பயர் ஸ்டேட் பில்டிங்கின் உச்சிக்கு லிப்ட்டில் ஏறிக்கொண்டிருந்தோம். மேலேயிருந்து பார்க்கையில் மேக மூட்டத்துக்கு நடுவில் நியூயார்க் புள்ளி புள்ளியாய்த் தெரிந்தது.

'இத்தரை கொய்யாப்பிஞ்சு! நாமதில் சிற்றெறும்பு' என்று மீண்டும் பாரதிதாசனின் வரிகளே மனதுக்குள் வந்தன. இருட்டும் வரையில் டைம்ஸ் ஸ்கொயரில் திரிந்துவிட்டு, பென் ஸ்டேஷன் (penn station) வந்தடைந்து நியூஜெர்ஸி செல்ல ட்யூப் ரயிலைப் பிடித்தோம். ரயில்பெட்டி முழுக்க குஜராத்திகள், பஞ்சாபிகள், தெலுங்கர்கள், தமிழர்கள் என ஒரே இந்திய வாசம்.

"இன்னைக்கு சண்டே என்பதால் கூட்டம் ரொம்ப கம்மி. வீக் டேஸ்ல இன்னும் அதிகமா இந்தியர்கள் வருவாங்க" என்றான் ஹரி.

நடுவில் ஒரு நீண்ட பாலம் வர, "இப்ப நம்ம ட்ரெயின் கடலுக்கு நடுவுல போய்க்கிட்டிருக்கு" என்றான் சுதாகர்.

"எப்படிடா?" என்றேன்.

"ரெண்டு பக்கமும் ட்யூப் வெச்சு, ட்யூப்புக்குள்ள ட்ரெயின்ல போய்க்கிட்டு இருக்கோம்" என்று ஹரி சொன்னதும் நான் தொழில்நுட்பத்தை வியந்தேன்.

அடுத்த பத்தாவது நிமிடம் சொல்லிவைத்தாற்போல அந்த அதிசயம் நடந்தது...

பெட்டியில் இருந்தவர்களில் தொண்ணூறு சதவிகிதம் பேர் ஒரு பிளாஸ்டிக் கப்பைத் திறந்து அதற்குள்ளிருந்த இலை, தழைகளைச் சாப்பிட ஆரம்பித்தார்கள்.

"என்னடா இது?" என்றேன் சுதாகரிடம்.

"ஸ்பின்னிச் சாலட்" என்றான்.

"அப்படின்னா?"

"நம்ம ஊருல பசலைக் கீரை கிடைக்கும்ல... அதுமாதிரி!"

"இதை எதுக்கு சாப்பிடறாங்க?"

"இதுதான்டா இங்க எல்லாருக்கும் டின்னரு. நான்கூட டெய்லி நைட் இதைத்தாண்டா சாப்பிடுறேன்" என்றான் ஹரி.

"வீட்ல சமைக்கிறது இல்லையா?" என்றேன்.

"சமையலா? உன்னை மாதிரி இந்தியாவுல இருந்து யாராவது கெஸ்ட் வந்தாதான் சமையல். எல்லார் வீட்லேயும் ரெடிமேட் சப்பாத்தி வாங்கி அடுக்கி வெச்சிடுவோம். சூடு பண்ணி ஊறுகாயோ, டொமாட்டோ சாஸோ, தயிரோ தொட்டுக்கிட்டு சாப்பிடவேண்டியதுதான்" என்று சொல்லும்போதே ஹரியின் கண்கள் லேசாக கலங்கியிருந்தன.

"அடப்பாவி!" என்றேன்.

ஹரி நன்றாகச் சாப்பிடக் கூடியவன். சென்னையில் அவனுடைய அம்மா அவனை ஊட்டி ஊட்டி வளர்த்ததெல்லாம் இங்கு வந்து இலை, தழைகளைச் சாப்பிடத்தானா என்று நினைக்கையில் மனது கஷ்டப்பட்டது.

"இதுவாவது பரவாயில்லை. என் ஃப்ரெண்ட் ஒருத்தன் இருக்கான். அவன் வொய்ஃபும் வொர்க் பண்றதுனால மூணு வேளையும் வீட்ல தயிர் சாதம்தான். அதுல ஒரு காமெடி கேளு..." என்றான் சுதாகர்.

"சொல்லுடா" என்றேன்.

"இங்கு ஒவ்வொரு ஆபீஸ் கேன்டீன்லேயும் நாலஞ்சு மைக்ரோவேவ் அவன் இருக்கும். லஞ்ச் டைம்ல அவங்கவங்க கொண்டு வந்த சாப்பாட்டை வரிசையில நின்னு அவன்ல வெச்சு சூடு பண்ணி சாப்பிடுவாங்க..."

"சரி, அதுக்கென்ன இப்போ?" என்றேன்.

"நம்ம தயிர்ச்சாதம் ஃப்ரெண்ட் இருக்கான்ல, அவன் அந்த 'அவன்' முன்னாடி வந்து நின்னா மட்டும் அரை மணி நேரம் எடுத்துப்பான். எல்லாரும் சத்தம் போடுவாங்க. 'ஏன் இவ்வளவு நேரம் எடுத்துக்கறான்?'னு நம்ம தமிழ் பசங்க எல்லாம் சேர்ந்து ஒருநாள் கண்டுபிடிச்சுட்டாங்க. அவனோட வொய்ஃப் டெய்லி ஒரு டிபன் பாக்ஸ்ல,

தண்ணியில ஊற வெச்ச அரிசியையும், இன்னொரு கப்ல தயிரும் கொடுத்தனுப்புவாங்களாம். இவன் அந்த அரிசியை அவன்ல வேக வெக்கறதுக்குத்தான் அவ்வளவு நேரம்!" என்று சுதாகர் சொல்லி சிரித்தான்.

'நம் இளைஞர்கள் இந்தியாவை விட்டு அமெரிக்கா வந்து எதை நோக்கி ஓடிக்கொண்டிருக்கிறார்கள்..?' என்று சிந்திக்க ஆரம்பித்தேன். எனக்கு வருத்தமாக இருந்தது.

நியூஜெர்ஸியில் இறங்குவதற்கு முன்பு திரும்பிப் பார்த்தேன். தூரத்தில் ஒரு இந்திய இளம் பெண், இலை தழைகளை மென்று கொண்டிருந்தாள். கஷ்டப்பட்டு அவள் தொண்டைக்குள் அனுப்பிக்கொண்டிருந்தது இலை மட்டுமல்ல... டாலராகவும் இருக்கலாம் என்று நினைத்துக்கொண்டேன்!

'த' for தமிழன்டா!

கூழாங்கல்லில் தெரிகிறது
நீரின் கூர்மை!

— இயக்குநர் லிங்குசாமி

அடுத்தநாள் காலையில், உலக அதிசயங்களில் ஒன்றான நயாகரா நீர்வீழ்ச்சியைப் பார்க்கக் கிளம்பினோம். 'மனசு பதைபதைக்கிறது, யாராவது அருவியை நீர்வீழ்ச்சி என்றழைத்தால்' என்கிற கவிஞர் விக்ரமாதித்யனின் கவிதை ஞாபகம் வந்தது. ஆம், நீர் என்றைக்கும் வீழ்ச்சியடைவதில்லை. அது வீழ்வது எல்லாம் எழுவதற்கே! ஆகையால், நாங்கள் நயாகரா அருவியைப் பார்க்கக் கிளம்பினோம்.

நாங்கள் என்றால் நான், ஹரி, ஹரியின் மனைவி உமா, அவர்களின் இரண்டு மகன்கள், சுதாகர், சுதாகரின் மனைவி சுகுணா, அவர்களின் இரண்டு மகள்கள் ஆகமொத்தம் ஒன்பது பேரும் ஒரு பெரிய காரில் நியூஜெர்ஸியின் மெட்டாசினில் இருந்து நியூயார்க்கின் கடைக்கோடியில் இருக்கும் நயாகராவை நோக்கிப் பயணப்பட்டோம்.

எட்டு முதல் பத்து மணி நேர பயணதூரம். போகும் வழியெல்லாம் அடர்ந்த காடுகளும், மலைப்பாதைகளும், வானத்தின் இரண்டு பக்கமும் வண்ணத் தோரணங்கள் போல எங்களுடன் பயணித்து வந்த நூற்றுக்கணக்கான வானவில்களுமாய் என் வாழ்வின் மறக்கமுடியாத பயணம். அமெரிக்காவின் குக்கிராமங்கள் குறுக்கிட்டன. பாரம்பரியம் கெடாமல் பழைய கட்டடங்களையும், வீடுகளையும் பாதுகாத்து வரும் அமெரிக்கர்களை நினைத்து வியப்படைந்தேன்.

அமெரிக்காவில் மக்கள்தொகை குறைவு. ஆதலால், இங்கொன்றும் அங்கொன்றுமாய் காடுகளிலும், மலைகளிலும் தனித்தனி வீடுகளைப் பார்த்ததில் பரவசம் கொண்டேன். 'வாழ்வின் எஞ்சிய நாட்களை இப்படித்தான் தன்னந்தனிமையில் கழிக்க வேண்டும்' என்று எண்ணிக் கொண்டேன்.

ஆனால், இந்திய இரைச்சலுக்கும், சொந்த பந்தங்களின் கூச்சல்களுக்கும் பழகிப்போன என் மனதுக்கு அதிகபட்சம் ஐந்து நாட்களுக்கு மேல் இந்த அமைதி தாங்காது என்பதும் புரிந்தது.

காலை பத்து மணிக்குக் கிளம்பி, இரவு எட்டு மணிக்கு நயாகரா வந்தடைந்தோம். "இரவு விளக்கொளியில் நயாகராவைப் பார்ப்பது கண்கொள்ளாக் காட்சி!" என்று சுதாகர் சொன்னதால், அதற்கு ஏற்றதுபோல பயணத்தை அமைத்துக்கொண்டோம்.

வண்ண வண்ண விளக்குகளின் பின்னணியில் நயாகரா தன் தண்ணீர் தோகையை விரித்து விரித்து ஆடிக்கொண்டிருந்தது. அங்கிருந்து கிளம்ப மனமில்லாமல், நேரமானதால் தங்கும் விடுதிக்கு கிளம்பினோம்.

மறுநாள் காலையில், பார்த்த நயாகரா வேறு மாதிரி இருந்தது. எங்கு திரும்பினாலும் இந்தியர்கள். ஒரு பக்கம் 'ஜருகண்டி... ஜருகண்டி...' எனும் சுந்தரத் தெலுங்கர்கள்... இன்னொரு பக்கம் பான் பராக் போட்டு பிளாட்பார்மில் துப்பும் வட இந்தியர்கள்... நடுநடுவே திருவல்லிக்கேணியில் இருந்தோ, ஸ்ரீரங்கத்தில் இருந்தோ, விடுமுறைக்கு வந்திருக்கும் உறவினர்களுக்கு அமெரிக்கப் பெருமைகளை விளக்கியபடி சேஷாத்ரிகளும், பத்ரிநாத்களும் என நயாகரா நம்மூர் குற்றாலத்தைப்போல கதிகலங்கிக்கொண்டிருந்தது.

ஏனைய அருவிகளைப்போல் நயாகராவில் குளிக்க முடியாதென்பதால் சோப்பும், சீயக்காயும், குற்றாலத்துண்டும் விற்பனைக்கு வரவில்லை. மற்றபடி நயாகராவின் வாசலிலேயே ஒரு தாத்தா, கையேந்தி பவன் நடத்திக் கொண்டிருந்தார். சுடச்சுட இட்லி, சப்பாத்தி, பூரி, சட்னி, சாம்பார் என நம் பாண்டி பஜார், கையேந்தி பவனைப் போலவே விற்பனை அமோகமாக இருந்தது.

‘தமிழன்டா! நிலாவுலேயே வடை சுட்டவன்டா’ என்று பெருமிதமாக மனசுக்குள் நினைத்துக்கொண்டு என் பங்குக்கு நானும் நான்கு இட்லிகளை உள்ளே தள்ளினேன்.

நயாகராவின் அருகே செல்லும் படகுக்கான நீண்டவரிசையில் காத்திருந்தோம். படகில் ஏறும் முன் மழைக்கோட்டைப்போல் உடல் முழுதும் நனையாமல் இருக்க ஒரு பிளாஸ்டிக் கோட் கொடுக்கிறார்கள்.

நயாகராவின் அருகே நெருங்க நெருங்க, அதன் கரையோரங்களில், பாறை இடுக்குகளில் ஆயிரக்கணக்கான பெலிக்கன் பறவைகளும், நாரைகளும், கொக்குகளுமாய் அந்த சூழலை ரம்மியமாக்குகின்றன. அமெரிக்காவையும், கனடாவையும் பிரிப்பது நயாகரா அருவியே.

அருவிக்கு மேல் கட்டப்பட்டுள்ள ஒரு நீண்ட பாலம்தான் இரண்டு நாட்டுக்குமான எல்லை. பாலத்துக்கு அந்தப் பக்கம் கனடா, இந்தப் பக்கம் அமெரிக்கா. “கனடாவில் இருந்து பார்க்கையில் நயாகரா இன்னும் அழகாகத் தெரியும்” என்று ஹரி சொல்லிக் கொண்டிருக்க, எங்கள் படகு நயாகராவை நெருங்கிக் கொண்டிருந்தது.

வெள்ளிப் பனிமலையை உடைத்ததுபோல, வெள்ளைத் திரை விரித்து நீராவி தன் கனவை எல்லாம் கொட்டித் தீர்ப்பது போல, ஆங்கோர் பால் நிறத்து தேவதை தன் ஆயிரமாயிரம் கைகளை விரித்து, ‘உன் அகந்தையெல்லாம் அழிந்து போகட்டும்’ என்று தலையில் தட்டி திருப்பி அனுப்புவது போல, வெவ்வேறு வடிவமும், வெவ்வேறு வேகமும் காட்டி நயாகரா தன் சாரல்களால் எங்களை நனைத்தது. தாயின் பனிக்குடத்துக்குள் திரும்பவும் நுழைந்து மீண்டு வந்ததைப் போல படகு எங்களைக் கரையில் சேர்த்தது.

படகுத்துறையின் வாசலுக்கு வந்ததும், சுதாகர் அதற்கு எதிர்த் திசையிலிருந்த நீண்ட வரிசையைக் காட்டி,

“இந்த வரிசையில போனா நயாகராவுல குளிக்கலாம்டா” என்றான்.

“குளிக்கலாமா?” என்றேன் ஆச்சர்யத்துடன்.

“நம்ம ஊரு மாதிரியில்ல. சங்கிலி கட்டியிருப்பாங்க. அதப் பிடிச்சிக்கிட்டு நின்னா நம்ம மேல சாரல் அடிக்கும்” என்றான் சுதாகர்.

"நான் வரலைடா... நீங்க வேணா போயிட்டு வாங்க. நான் குற்றாலத்துலேயே குளிச்சிக்கறேன்" என்றதும் ஹரியும், சுதாகரும் என்னை முறைத்தார்கள்.

"நாங்க வர்ற வரைக்கும் என்னடா பண்ணுவ?" என்று சுதாகர் கேட்டான்.

எதிரில் இருந்த புல்வெளியையும், வெளிர் நீலத்தில் பூக்கள் உதிர்த்துக்கொண்டிருந்த செர்ரி ப்ளாஸம் மரத்தையும், அதற்குக் கீழே போடப்பட்டிருந்த சிமென்ட் பெஞ்சையும் காட்டி, "இங்கே வெயிட் பண்றேன்" என்றேன். சுதாகரும், ஹரியும் குடும்பத்துடன் கிளம்பிச் செல்ல, நான் சிமென்ட் பெஞ்சில் அமர்ந்தபடி எதிரே நிமிர்ந்து பார்த்தேன்.

தூரத்தில் கேஸினோ எனப்படும் சூதாட்ட விடுதி. 'இந்தியனே வா! உன் வலது காலை எடுத்துவைத்து உள்ளே வா!' என்று அழைத்துக்கொண்டே இருந்தது.

என்னிடம் காசும், காலமும் இல்லையாதலால் இந்தியா பணக்கார நாடாகும் வாய்ப்பை இழந்தது!

'கௌ' for கௌபாய்

விமானத்தை மிகச் சாதாரணமாகவும்,
வண்ணத்துப்பூச்சியை ஆச்சரியமாகவும்
பார்க்கிறார்கள்
நகரத்து சிறுவர்கள்!

- யாரோ

மூன்றாவது முறையாக நான் அமெரிக்கா சென்றிருந்தது, தமிழ்ச் சங்கங்களின் அழைப்பின் பேரில்! நண்பரும் பத்திரிகை யாளருமான 'ஒன் இந்தியா' சங்கர் தொலைபேசியில் அழைத்து, "அமெரிக்கத் தமிழ்ச் சங்கங்களின் நிகழ்ச்சியில் கலந்துகொள்ள முடியுமா?" என்று கேட்டபோது, நான் கடுமையான வேலைப்பளுவில் இருந்தேன்.

'இயக்குநர் இமயம்' பாரதிராஜா இயக்கும் 'ஓம்' படத்தின் பாடல்கள், இயக்குநர் ராம் இயக்கும் 'தரமணி', 'பேரன்பு' படங்களின் பாடல்கள், இயக்குநர் ராஜேஷ் இயக்கும் 'கடவுள் இருக்குறான் குமாரு' படத்தின் பாடல்கள், இயக்குநர் ராஜீவ் மேனனின் புதிய படத்தின் பாடல்கள்... என பதின்மூன்றுக்கும் மேற்பட்ட படங்களுக்கான பாடல் வேலைகள் பாக்கி இருந்தன.

"நிறைய வேலை இருக்கு சார். அடுத்த வருஷம் பார்க்கலாம்..." என்றேன். நண்பர் சங்கர் விடவில்லை. "இது வெறும் தமிழ்ப் புத்தாண்டு நிகழ்ச்சி மட்டுமில்லை. அமெரிக்காவின் ஹார்வர்ட் பல்கலைக்கழகத்தில் தமிழுக்காக ஒரு இருக்கை அமைக்கும் முயற்சி நடைபெறுகிறது. அதற்கு

ஆறு மில்லியன் டாலர் தேவைப்படுகிறது. அமெரிக்காவில் வாழும் தமிழர்கள் மத்தியில் விழிப்புணர்வு ஏற்படுத்தவும், ஹார்வர்ட் பல்கலைக்கழகத்தில் தமிழுக்கான இருக்கை அமைந்தால் தமிழுக்கு என்னென்ன நன்மைகள் கிடைக்கும் என்பதை எடுத்துச் சொல்லவும்தான் இந்த நிகழ்ச்சி. உங்களைப் போன்ற பிரபலமான கவிஞர்கள் எடுத்துச் சொன்னால், தமிழ் மக்களிடம் உடனே போய்ச் சேரும்" என்று நண்பர் சங்கர் எனது வருகையின் அவசியத்தை உணர்த்தினார்.

ஆகவே, என் வேலைகளை மறந்து, "கண்டிப்பாக வருகிறேன்" என்றேன்.

அமெரிக்கா சென்றுவிட்டேன். டேலஸ் தமிழ்ச் சங்கத்தின் தலைவர் கால்டுவெல், துணைத்தலைவி சித்ரா, தமிழ்ச் சங்க உறுப்பினர் தினகர் என பலர் திரண்டு வந்து விமான நிலையத்தில் வரவேற்றனர்.

என் முதல் அமெரிக்கப் பயணத்தைப் பற்றி ஏற்கனவே விலாவரியாக எழுதி விட்டதால், மூன்று வருடங்களுக்கு முன்பு மனைவி, மகன் என கோடை விடுமுறைக்காக குடும்பத்துடன் சென்ற எனது இரண்டாவது அமெரிக்க விஜயத்தைப் பற்றி சுருக்கமாக முடித்துக்கொள்கிறேன்.

வெள்ளை மாளிகை விஜயம், வாஷிங்டன் டி.ஸி. நகர் உலா, மீண்டும் நயாகரா சாரல் என அந்த முப்பது நாட்களை விவரிக்க நுழைந்தால், எழுத்தாளர் சாவியின் 'வாஷிங்டனில் திருமணம்' புத்தகத்தைப்போல் தனியாக ஒரு புத்தகமே எழுதவேண்டி வரும் என்பதால் மீண்டும் நாம் டேலஸ் தமிழ்ச் சங்கத்துக்குத் திரும்புவோம்.

அமெரிக்காவின் டெக்சாஸ் மாகாணம் என்பது ஹாலிவுட் படங்களில் வரும் கௌபாய்களின் தலைநகரம். சிறுவயதில் இருந்தே நான் படித்த ராணி காமிக்ஸ், லயன் காமிக்ஸ், முத்து காமிக்ஸ் போன்ற புத்தகங்களும், நான் பார்த்த பல ஹாலிவுட் திரைப்படங்களும், டெக்சாஸ் என்றாலே தலையில் கௌபாய் தொப்பியுடனும், கையில் துப்பாக்கியுடனும் குதிரையில் வந்து சண்டை போடும் ஷெரிப்களை நினைவுபடுத்தின.

சென்னையிலிருந்து கிளம்பியபோது லேசாக காய்ச்சல் இருந்ததால், 23 மணி நேர விமானப் பயணத்துக்குப் பிறகு வதங்கிய கீரைத்தண்டைப்போல் டேலஸ் வந்திறங்கினேன். இதற்கிடையில் என் மனைவி வேறு, என் உடல்நிலை பற்றி

எடுத்துச் சொல்லி தமிழ்ச் சங்கப் பொறுப்பாளர்களைக் கலவரப்படுத்தி இருந்ததால், அங்கு இறங்கியதுமே,

“முதல்ல உங்க மனைவிக்கு என்னுடைய போனில் இருந்து பேசுங்க. ரொம்ப பயந்துட்டாங்க” என்றார் தமிழ்ச் சங்கத் தலைவர் கால்டுவெல்.

ஹோட்டல் அறையை ரத்து செய்துவிட்டு, தன் வீட்டிலேயே தங்கவேண்டும் என்றும், வேளாவேளைக்கு எனக்கான பத்திய உணவைச் செய்து தருவதாகவும் தமிழ்ச் சங்கத் துணைத்தலைவி சித்ரா கேட்டுக்கொள்ள, வேறுவழி யின்றி ஒப்புக்கொண்டேன்.

சித்ராவின் கணவர் மகேஷ், கணிப்பொறித் துறையில் வேலை செய்கிறார். சித்ரா தமிழில் முனைவர் பட்டம் வாங்கியவர். இருவருமே நவீன இலக்கிய வாசகர்கள் என்பதால் பொழுது போனதே தெரியவில்லை. தமிழ்ச் சங்கத்தை சேர்ந்த தினகரும் நல்ல வாசகர்.

டேலஸில் நான் தங்கியிருந்தவரை விடுமுறை எடுத்துக் கொண்டு, ஒரு தாய்க்கோழியைப்போல் தினகர் என்னைத் தாங்கிக்கொண்டார்.

அடுத்தநாள் மாலை, டேலஸ் தமிழ்ச் சங்கத்தின் நிகழ்ச்சியில் கலந்துகொண்டேன்.

முதலில் தமிழ்க் கவிதைகளைப் பற்றியும், ஹார்வர்டின் தமிழ் இருக்கைக்கான தேவை பற்றியும் என்னுடைய சிறப்புரை முடிந்ததும், தமிழ் இருக்கைக்காக அரை மில்லியன் டாலர் நன்கொடை அளித்த மருத்துவர் சம்பந்தம் உரையாற்ற, அதன்பின் சுகிசிவம் அவர்களின் சொற்பொழிவும், பாடகர் மனோ, பாடகி சித்ரா போன்றோரின் நிகழ்ச்சிகளும் நடைபெற, விழா இனிதே முடிந்தது.

கிட்டத்தட்ட மூவாயிரம் தமிழ்க் குடும்பங்களை நேரில் சந்திக்கும் பாக்கியம் பெற்றேன்.

அடுத்தநாள் அதிகாலை, டேலஸில் இருந்து நான், பாடகர் மனோ, பாடகி சித்ரா என அனைவரும் மிச்சிகன் மாகாணத்தில் டெட்ராய்டு நகரை நோக்கிப் பயணமானோம்.

சென்னையிலிருந்து டெல்லி செல்வதைப்போல், மூன்று மணி நேர விமானப் பயணதூரத்தில் டெட்ராய்டு. அமெரிக்காவின் மிகப் பழமையான தமிழ்ச் சங்கங்களில்

ஒன்றான டெட்ராய்டு தமிழ்ச் சங்கத்தில், ஹார்வர்ட் பல்கலைக்கழகத்தின் தமிழ் இருக்கைக்காக உரையாடியது மகிழ்ச்சியளித்தது.

டெட்ராய்டு தமிழ்ச் சங்கத்தின் தலைவர் பெயர் அண்ணாதுரை. ஆகையால் என் உரையை இப்படி ஆரம்பித்தேன்.

"அண்ணாதுரை இந்த விழாவுக்கு அழைத்தபோது என்னால் மறுக்க இயலவில்லை. ஏன் என்றால் எனது ஊர் காஞ்சிபுரம். அண்ணாதுரை அழைத்தால் காஞ்சிபுரம் வராமல் இருக்குமா?" என்று நான் பேசி முடித்ததும் கைதட்டல்கள் அடங்க நிமிடங்கள் ஆனது.

டெட்ராய்டிலும் கிட்டத்தட்ட ஐயாயிரம் தமிழ்க் குடும்பங்கள் உணர்ச்சிப் பெருக்கோடு விழாவில் கலந்துகொண்டனர்.

காஞ்சியில் ஆறாம் வகுப்பிலிருந்து பன்னிரெண்டாம் வகுப்பு வரை என்னுடன் படித்த நண்பன் விஜயன் டெட்ராய்டில் வசிக்கிறான். அவன் வீட்டில் தங்கி, பள்ளி நாட்களைப் பற்றிப் பேசப் பேச... இரண்டு நாட்கள் போனதே தெரியவில்லை. விஜயனுக்கு ஒரேயொரு மகன்.

"ஏண்டா, ரெண்டாவது குழந்தை பெத்துக்கலையா?" என்றேன்.

"எனக்கும் ஆசைதான். ஆனா பாத்துக்கறதுக்கு ஆள் வேணுமே! அமெரிக்காவுல நிறைய தமிழர்கள் ஒரு குழந்தையோட நிறுத்திடறாங்க. ஆயிரம்தான் வசதியிருந்தாலும் நம்ம ஊரு மாதிரி வராதுடா!" என்றான் விஜயன்.

சொல்லும்போது அவனது கண்கள் லேசாகக் கலங்கி யிருந்தன.

"அமெரிக்க வாழ்க்கை பற்றி எழுத்தாளர் சுஜாதா பல வருஷங்களுக்கு முன்னாடி எழுதினதைப் படிக்கறேன், கேட்கறியா?" என்றேன்.

"படிடா..." என்றான்.

"அமெரிக்க ராஜபாட்டைகளில் அறுபது மைல் வேகத்தில், பக்கத்தில் பொம்மை பனியன் அணிந்திருக்கும் பெண்டாட்டியுடன், துடிப்பான சங்கீதம் கார் ஸ்டீரியோவில் பரவ, நயாகராவுக்கோ, பிட்ஸ்பர்குக்கோ ஓட்டிக்கொண்டுச் செல்லும்போது 'சொர்க்கம்

என்பது இதுதான்' என்று தோன்றும். எதுவரை இந்த சொர்க்கம் நீடிக்கும் என்பது பேருக்குப் பேர் மாறுபடும்.

பெரும்பாலானவருக்கு முதல் குழந்தை வரை. இப்போதுதான் டயாப்பர் என்கிற சமாசாரம் இருக்கிறது. அதை அசுர வேகத்தில் குழந்தையின் பின் பாகத்தில் மாற்ற வேண்டும், மில்க் அலர்ஜி போன்ற பல்வேறு அலர்ஜிகள்; ஃபார்முலா கலப்பது எப்படி; பின் சீட்டில் குழந்தையை ஃபைபர் இருக்கையிலும், டிபார்ட்மென்ட் ஸ்டோர் வண்டிகளிலும் பொருத்துவது போன்ற எல்லாக் காரியங்களையும் நீங்களே செய்யவேண்டிய நிலை வரும்போது இந்தச் 'சொர்க்கம்' சற்று கலையும்.

குழந்தை நடு இரவில் அழும்போது, பீடியாட்ரிஷியன் அப்பாயின்ட்மென்ட் கிடைக்க ஒரு மாதம் ஆகும்போது, உங்கள் அப்பாவும் அம்மாவும் எப்படி அத்தனைக் குழந்தைகளை சமாளித்தார்கள் என்கிற வியப்பு வரும்போது, 'சொர்க்கம்' விலகும்.

இந்தியாவில் இருந்தால் இந்தக் குழந்தையைக் கொண்டாட ஒரு கோஷ்டியே இருக்கும். இங்கே தனி அறையில் தொட்டிலில் ஸ்பீக்கர் போனில் அழுகிறதே. இதற்கு ஏற்ற தாலாட்டு கூட புதுசாக எழுத வேண்டியிருக்கிறதே என்னும் ஏக்கம் பரவும்.

விடுமுறையின்போது ஒருமுறை, தாத்தா பாட்டி யிடம் குழந்தையைக் காட்டிவிட்டு திருப்பதி போய் ஒரு மொட்டையடித்துவிட்டு வரலாம். ஆனால், முதலில் ஏர் இண்டியா டிக்கெட் கிடைக்க வேண்டும். இங்கே வந்ததும் அதற்கு ஒத்துப் போகவேண்டும். உங்கள் விஜயம் கஸ்டம்ஸில் ஆரம்பித்து ஏர்போர்ட் டாக்ஸி டிரைவர்களை சந்திப்பதற்குள், 'ஏண்டாப்பா இந்தப் பாழாப் போன பாரத தேசத்துக்கு வந்தோம்' என்று தாய்நாட்டு வெறுப்பு உச்சகட்டத்துக்கு வரும். திருப்பதியில் மொட்டை அடித்த கையோடு குழந்தைக்கு ஜுரம் வந்து அமர்க்களமாகி 'இனிமேல் இந்தியாவுக்கே வரக்கூடாது' என்கிற சத்தியத்துடன் திரும்புவீர்கள்!"

படித்து முடித்ததும்,

"சூப்பரா எழுதியிருக்காருடா! அவரு விரலுக்கு மோதிரம்தான் போடணும்" என்றான் விஜயன்.

"அதுக்கு நீ நரகத்துக்குத்தான் போகணும்..!" என்றேன்.

"நரகமா?" என்றான் அதிர்ச்சியுடன்.

அதையும் சுஜாதா வார்த்தையிலேயே கேளு...

"...எனக்கு சொர்க்கம், நரகம் இதில் எல்லாம் நம்பிக்கை இல்லை. இரண்டும் இங்கேதான் என்று எண்ணுகிறேன். அப்படி ஒருக்கால் இருந்தால், நான் இறந்த பிறகு, நரகத்துக்குப் போகத்தான் விரும்புகிறேன். அங்கேதான் சுவாரஸ்யமான ஆசாமிகள் இருப்பார்கள். சொர்க்கத்தில், நித்ய அகண்ட பஜனைச் சத்தம், எனக்கு ஒரு நாளைக்கு மேல் தாங்காது!"

'ஹா' for ஹார்வர்ட்

யாரென்ற பேதம் பார்க்காது தழுவும் நீர்
யார் அண்டினாலும் பொசுக்கும் தீ
யாவர்க்குமெனத் திறந்திருக்கும் ஆகாயம்
யார் நீ என்று விசாரிக்கும் பூமி
எதுவும் என்னை வசீகரிக்கவில்லை
சருகைப் புரட்டி விளையாடும் காற்றைத் தவிர
சருகினுள் புகுந்து விளையாடும் காற்றைத் தவிர

– எழுத்தாளர் யுவன் சந்திரசேகர்

('ஊர் சுற்றி' நாவலிலிருந்து...)

அடுத்த நாள் அதிகாலை, டெட்ராய்டிலிருந்து திரும்பவும் டேலஸுக்கு விமானத்தில் புறப்பட்டேன். அந்த மூன்று மணி நேர விமானப் பயணத்தின்போதே இயக்குநர் பாரதிராஜா அவர்களின் 'ஓம்' படத்துக்கான இரண்டு பாடல்களை எழுதினேன். டேலஸ் விமான நிலையத்தில் தினகர் என்னை வரவேற்று தன் காரில் தமிழ்ச் சங்கத் துணைத் தலைவி சித்ரா வீட்டுக்கு அழைத்துச் சென்றார்.

காரில் பயணித்தபடி பாரதிராஜா அவர்களை அலைபேசியில் அழைத்தேன். இந்தியாவில் அப்பொழுது இரவு 10.30 மணி என்பதால் இணைப்பைத் துண்டித்தேன். பத்து நிமிடங்கள் கழித்து பாரதிராஜா திரும்ப அழைத்தார்.

"சார்... தூங்கிட்டு இருப்பீங்கன்னு நெனைச்சேன்" என்றேன்.

"எடிட்டிங்ல இருக்கேன் கவிஞரே... சொல்லுங்க" என்றார்.

"இரண்டு பாடல்கள் எழுதிட்டேன். ஓய்வா இருந்தா படிச்சுக் காட்டலாமா?" என்றதும்,

"ஆஹா... உடனே படிங்க" என்றார்.

படித்தும், இசையுடன் பாடியும் காட்டியவுடன்,

"You told my story in every line. Hats off to you. உடனே மெயில் பண்ணுய்யா. ரெக்கார்ட் பண்ணிரலாம். டேலஸ்ல ஏதாவது தேவைப்பட்டா சொல்லு. அங்க பால்பாண்டின்னு நம்ம 'பொம்மலாட்டம்' படத்தோட தயாரிப்பாளர் இருக்காரு. நல்ல கலா ரசிகன்" என்று பாரதிராஜா சொல்ல,

"சரிங்க சார்" என்றேன்.

கார் ஓட்டியபடியே எங்கள் உரையாடலை மௌனமாகக் கேட்டுக்கொண்டிருந்த தினகர்,

"கவிஞரே... பாட்டு பிரமாதமா இருக்கு! நிச்சயம் இது ஹிட்டாகும்" என்றார்.

மீண்டும் சித்ரா வீட்டில், அவர் கணவர் மகேஷ், தினகர் என்று இலக்கிய அரட்டையில் அந்த நாள் கழிந்தது. அடுத்த நாள் டெக்ஸாஸ் மாகாணத்தின் ஆஸ்டின் நகரில் உள்ள ஆஸ்டின் பல்கலைக்கழக தமிழ்த்துறையில் தமிழ் படிக்கும் மாணவர்களுடன் ஒரு கலந்துரையாடலுக்கும் என்னுடைய சிறப்புரைக்கும் ஏற்பாடு செய்யப்பட்டிருந்தது. டேலஸிலிருந்து ஆஸ்டினுக்கு ஆறு மணி நேரம் காரில் செல்லவேண்டும். நானும் தினகரும் அதிகாலை நாலு மணிக்கே கிளம்பி விட்டோம்.

அமெரிக்கக் குளிர், மழைச்சாரலுடன் சாலையெங்கும் வரவேற்றது. தினகர் நெடுஞ்சாலைகளைத் தவிர்த்து டெக்ஸாஸின் கௌபாய் கிராமங்களின் வழியே அழைத்துச் சென்றார். இருபுறமும் பச்சைப் பசேலென்று வயல்வெளிகள். எல்லா வயல்களிலும் பிரதான பயிராக சோளம் விதைத்திருந்தார்கள். வயல்களின் நடுவே வட்டமாக பட்டி அமைத்து, யானையோ, காட்டெருமையோ என வியக்கும்படி உருண்டு திரண்ட குதிரைகளை அடைத்திருந்தார்கள். ஒருசில குதிரைகளும், எருமைகளும் திறந்தவெளியில் மேய்ந்துகொண்டிருக்க, கௌபாய் உடையணிந்த மேய்ப்பன் ஒருவன் குதிரையில் அமர்ந்தபடி ஒரே திசையை நோக்கி அவற்றைச் செலுத்திக்கொண்டிருந்தான்.

நினைவோ ஒரு பறவை ❖ 177

ஆஸ்டினை அடைந்து பல்கலைக்கழக வளாகத்தில் நுழைந்த போது, ஏதோ தனி நகரத்தில் நுழைந்ததைப்போல ஆச்சர்யம் தாக்கியது. அந்த கான்க்ரீட் வனத்துக்குள் தமிழ்த்துறையைக் கண்டுபிடிக்க அரைமணி நேரமாயிற்று. இத்தனைக்கும் தமிழ்த்துறைத் தலைவர் டாக்டர் ராதாகிருஷ்ணன் அலைபேசியில் வழி சொல்லிக்கொண்டே இருந்தார்.

'ஏஷியன் ஸ்டடீஸ்' என்ற பிரிவின் கீழ் சமஸ்கிருதம், சீனம், ஜப்பானிய மொழி போன்றவற்றுடன் தமிழுக்கும் தனித் துறை அமைத்திருந்தார்கள். டாக்டர் ராதாகிருஷ்ணன் மொத்த வளாகத்தையும் எங்களுக்குச் சுற்றிக் காண்பித்து, கருத்தரங்க வளாகத்துக்கு அழைத்துச் சென்றார். கிட்டத்தட்ட அறுபது மாணவ, மாணவிகள் அமர்ந்திருந்தார்கள். தமிழ் முதுகலை மற்றும் முனைவர் பட்ட ஆராய்ச்சி மாணவர்கள். மேடையில் அமர்ந்தபடி நோட்டமிட்டேன். பெரும்பாலும் அமெரிக்கர்கள், ஆங்காங்கே சில தமிழ் முகங்களும் தென்பட்டன.

இவர்களிடையே தமிழில் எப்படி உரையாடி புரிய வைக்கப் போகிறேன் என்று மலைப்பாக இருந்தது.

டாக்டர் ராதாகிருஷ்ணன், "பயப்படாதீங்க கவிஞரே! எல்லாருக்கும் தமிழ் தெரியும். கலித்தொகை, அகநானூறு, சிலப்பதிகாரம்னு ஆராய்ச்சியும், ஆங்கிலத்துல மொழிபெயர்ப்பும் பண்ணிக்கிட்டிருக்காங்க" என்று சொல்லவும் நான் ஆசுவாச மானேன்.

புதுக்கவிதையின் தோற்றமும் வளர்ச்சியும் குறித்தும், பேசும் படம் காலத்தில் தொடங்கி தற்காலம் வரை திரைப்படப் பாடல்கள் கடந்து வந்த மொழி நடை குறித்தும் இரண்டு மணி நேரம் உரையாற்றினேன்.

பின்பு கலந்துரையாடல். எதிர்பாராத திசையில் இருந்தெல்லாம் எதிர்பாராத கேள்விகள் வந்து ஆச்சர்யமூட்டின. அந்த அமெரிக்க இளைஞர்கள் தமிழ் பேசியதைப் பார்க்கையில் நம் வீட்டுக்குழந்தைகள் மழலையின் மொழி பேசுவதைப்போல இருந்தது.

மதியஉணவுக்கு, அப்போதுதான் ஆஸ்டின் நகரில் தொடங்கியிருந்த 'குமார் மெஸ்'க்கு டாக்டர் ராதாகிருஷ்ணன் அழைத்துச் சென்றார்.

உணவுக்காகக் காத்திருக்கையில் சாப்பிடவந்த இளைஞர் ஒருவர், "வணக்கம்! நான் எழுத்தாளர் வண்ணதாசனுடைய அண்ணன் மகன் செம்மல். இங்கே ஆஸ்டின்ல வேலை செய்யறேன்" என்று தன்னை அறிமுகப்படுத்திக்கொள்ள, கல்யாண்ஜி சாரையே நேரில் பார்த்ததுபோல இருந்தது.

மதிய உணவு முடிந்ததும் காரை வேகமாக விரட்டினார் தினகர். "கொஞ்சம் மெதுவா போகலாமே?" என்றேன்.

"இல்ல கவிஞரே... போற வழியில 'ஸ்டாக்யார்ட்'னு ஒரு சிறு நகரம் இருக்கு. கௌபாய் கலாசாரத்தை அப்படியே பாதுகாக்கறாங்க. அதுவும் இல்லாம 'ரோடியோ'ன்னு நம்ம ஊரு மஞ்சு விரட்டு மாதிரி மாடு பிடிக்கிற நிகழ்ச்சியும் நடக்கும். சீக்கிரம் போனாதான் எல்லாவற்றையும் பார்க்க முடியும்" என்றார்.

ஸ்டாக்யார்ட் நகருக்குள் நுழைந்தபோது, பழைய கௌபாய் படங்களுக்குள் நுழைவதைப் போலவே இருந்தது. நானூறு வருடங்களுக்கு முந்தைய கட்டிடங்கள். நம்மூர் பாண்டிபஜாரைப்போல தெருவின் இருபுறமும் கௌபாய் தொப்பிகள், துப்பாக்கிகள், பெல்ட்டுகள் என விற்பனைக்கு வைக்கப்பட்டிருந்தன. ஒருசில இடங்களில் குதிரைச் சந்தைகூட நடந்துகொண்டிருந்தது.

மாலை 6 மணிக்கு டிக்கெட் வாங்கிக்கொண்டு ஒரு உள்விளையாட்டு ஸ்டேடியத்துக்குள் நுழைந்தோம். ஆஜானுபாகுவான ஆண்கள் கௌபாய் உடையுடனும், கையில் சுருக்குக் கயிறுடனும் ஸ்டேடியத்தை குதிரையில் சுற்றி வலம் வர, வாடிவாசலில் இருந்து சின்னஞ்சிறு கன்றுக்குட்டிகளைத் திறந்து விடுகிறார்கள்.

இவர்கள் இந்த சுருக்குக் கயிற்றை, ஓடி வரும் கன்றுக்குட்டியின் கழுத்தில் மாட்டி, குதிரையிலிருந்து குதித்து நான்கு கால்களையும் ஒன்று சேர்த்து கயிற்றால் கட்டுகிறார்கள். யார் குறைந்த நேரத்தில் கன்றுக்குட்டிகளைக் கட்டுகிறார்களோ, அவரே வெற்றி பெற்றவர்.

என்னால் அங்கு 10 நிமிடங்களுக்கு மேல் இருக்க முடியவில்லை. நம்மூர் மஞ்சு விரட்டில் வீரர்கள் எவ்வளவு கௌரவமாக நடந்துகொள்வார்கள்! அதற்கே அதை தடை

நினைவோ ஒரு பறவை ❖ 179

செய்ய வேண்டுமென்று எத்தனை ஆர்ப்பாட்டம்? இங்கு என்னவென்றால், மிருக வதையெல்லாம் தாண்டி சித்திரவதை நடந்து கொண்டிருந்தது.

"வாங்க தினகர், கிளம்பலாம்" என்றேன்.

"இனிமேதாங்க பெரிய பெரிய மாடுகள் எல்லாம் வரும்!" என்றார் தினகர்.

"பரவாயில்ல... வாங்க, போகலாம்" என்று அவரை வெளியே அழைத்து வந்தேன்.

அங்கு கண்ட காட்சிகள், டேலஸ் வந்தும் உறங்க விடாமல் தொந்தரவு செய்தன. எப்போது உறங்கிப் போனேன் என்று தெரியாது.

அடுத்த நாள் பிரபல தயாரிப்பாளரும், பாடலாசிரியருமான பஞ்சு அருணாசலம் அவர்களின் மகள் மீனா பஞ்சு அருணாசலம் நடத்தும் தமிழ்ப் பள்ளியின் ஆண்டு விழாவில் சிறப்புரையாற்ற அழைத்திருந்தார்.

திருமதி மீனா, டேலஸ் தமிழ்ச் சங்கத்தின் தலைவியாக முன்பு இருந்தவர். கண்ணதாசன் குடும்பத்தினரிடையே தமிழ் குறித்தும் ஹார்வர்டில் தமிழ் இருக்கைக்கான தேவைகள் குறித்தும் உரையாற்றியது மனசுக்கு மகிழ்ச்சியாய் இருந்தது. நிகழ்ச்சி முடிந்து திரும்பி வருகையில், நான் மிகவும் மதிக்கும் எழுத்தாளர் அ.முத்துலிங்கம் கனடாவிலிருந்து அலைபேசியில் அழைத்து, ஹார்வர்ட் பல்கலைக்கழகத்தில் தமிழ் இருக்கைக்கான எனது உரை குறித்து நன்றி தெரிவித்தார். "இது என் கடமை சார்" என்றேன்.

சென்னை விமானநிலையத்தின் மேற்கூரை 65வது முறை உடைந்து விழுந்ததற்கு அடுத்த நாள் காலை, சென்னையில் தரையிறங்கினேன். சாலையைக் கடக்கும் பசுக்களும், சுற்றி வரும் கொசுக்களும், ஆட்டோக்களின் இரைச்சலும், டிராஃபிக் ஜாம் புகைச்சலும் என்னை அன்புடன் வரவேற்றன.

என் உதடுகள், 'சொர்க்கமே என்றாலும் அது நம் ஊரைப் போல வருமா?' என்ற பாடலை முணுமுணுத்தன.

அன்புள்ள வாசகர்களுக்கு...

இந்தக் கட்டுரைகளின் அடிநாதமாக இருந்து என்னையும், என் எழுத்தையும் முன்னெடுத்துச் சென்ற உங்களுக்கு என் நன்றியைத் தெரிவித்துக்கொள்கிறேன். ஆயிரக்கணக்கான கடிதங்கள், மின்னஞ்சல்கள் என திக்குமுக்காடிப் போனேன். குங்குமம் வார இதழ்களில் வாரா வாரம் எழுதி முடித்தவுடன், ஈரம் உலராமல் கவிஞர் இந்திரன், பேராசிரியர் பாரதி புத்திரன், விமர்சகர்கள் சி.மோகன், பாமரன் என நால்வரிடமும் வாசித்துக் காட்டுவேன். அவர்கள் தந்த உற்சாகம் இல்லையெனில் இந்தத் தொடர் இல்லை.

ஒவ்வொரு வாரமும் தொ.மு.சி.ரகுநாதனின் மருமகனும், பேராசிரியருமான கருணாகர பாண்டிய னிடமிருந்து முதல் அலைபேசி வரும். தொடர்ந்து வேலூர் லிங்கம், கோவை விஜயா பதிப்பக நிறுவனர் வேலாயுதம், கவிஞர் அறிவுமதி அண்ணன், இயக்குநர் லிங்குசாமி என எத்தனை எத்தனை அழைப்புகள்! எல்லாமே என் அடுத்த படைப்புக்கான அடி உரங்கள். 'குங்குமம்' ஆசிரியர் குழுவினர், ஓவியர் மனோகர் என அனைவருக்கும் என் நன்றிகள்.

அன்புடன்,
நா.முத்துக்குமார்

டிஸ்கவரி புக் பேலஸ் வெளியீடுகள்

நா.முத்துக்குமாரின் படைப்புகள்

1. பட்டாம்பூச்சி விற்பவன் — ரூ.80
2. நியூட்டனின் மூன்றாம் விதி — ரூ.80
3. குழந்தைகள் நிறைந்த வீடு — ரூ.100
4. பச்சையப்பனிலிருந்து ஒரு தமிழ் வணக்கம் — ரூ.100
5. கிராமம் நகரம் மாநகரம் — ரூ.130
6. அ'னா ஆ'வன்னா — ரூ.120
7. கண்பேசும் வார்த்தைகள் — ரூ.140
8. பால காண்டம் — ரூ.90
9. என்னைச் சந்திக்க கனவில் வராதே — ரூ.60
10. நினைவோ ஒரு பறவை — ரூ.200
11. நா.முத்துக்குமார் கவிதைகள் — ரூ.400

நா.முத்துக்குமாரின் இந்த 11 புத்தகங்களின் விலை ரூ.1500

மொத்தமாக வாங்கினால் ரூ.1300 மட்டும்